ഗ്രീൻ ബുക്സ്

മറുജീവിതം

ശിഹാബുദ്ദീൻ പൊയ്ത്തുംകടവ്

കഥാകൃത്ത്, തിരക്കഥാകൃത്ത്, ലേഖകൻ, സംവിധായകൻ. 1963 ഒക്ടോബർ 29ന് കണ്ണൂർ ജില്ലയിലെ വളപട്ടണ ത്തിനടുത്തുള്ള പൊയ്ത്തുംകടവ് ഗ്രാമത്തിൽ ജനനം. വിദ്യാഭ്യാസം: ഹിദായത്തുൽ ഇസ്ലാം എൽ.പി. സ്കൂൾ, വളപട്ടണം ഗവ. സ്കൂൾ, ഗവ. ബ്രണ്ണൻ കോളേജ്. *ആർക്കും വേണ്ടാത്ത ഒരു കണ്ണ്, മഞ്ഞുകാലം, തല, കത്തുന്ന തലയിണ (കഥാസമാഹാരം), കടൽമരുഭൂമി യിലെ വീട് (കവിതാസമാഹാരം) തുടങ്ങിയ രചനകൾ.*

പുരസ്കാരങ്ങൾ: *1992ലെ വി.ടി. ഭട്ടതിരിപ്പാട് അവാർഡ്, സ്റ്റേറ്റ് ബാങ്ക് ഓഫ് ട്രാവൻകൂർ, അബുദാബി മലയാളി സമാജം, അരങ്ങ് സാംസ്കാരികവേദി.*

ഇപ്പോൾ ചന്ദ്രിക ആഴ്പ്പതിപ്പിന്റെ എഡിറ്റർ.

ഗ്രീൻ ബുക്സ് പ്രസിദ്ധീകരിച്ച ഇതര കൃതികൾ:

ആലിവൈദ്യൻ (നോവലെറ്റ്)
കഥാനവകം മലയാളത്തിന്റെ ഇഷ്ടകഥകൾ - ശിഹാബുദ്ദീൻ പൊയ്ത്തുംകടവ് (കഥ)
രണ്ട് എളേപ്പമാർ (കഥ)

ലേഖനം
മറുജീവിതം

ശിഹാബുദ്ദീൻ പൊയ്ത്തുംകടവ്

ഗ്രീൻ ബുക്സ്

green books private limited
gb building, civil lane road, ayyanthole,
thrissur- 680 003, kerala, ph: +91 487-2381066, 2381039
website: www.greenbooksindia.com
e-mail: info@greenbooksindia.com

malayalam
marujeevitham
articles
by
shihabuddin poythumkadavu

first published 2014
first green books edition september 2017

cover design : rajesh chalode

branches:
thrissur 0487-2422515
palakkad 0491-2546162
kannur 0497-2763038
thiruvananthapuram 8589095301

isbn : 978-93-87331-06-8

no part of this publication may be reproduced,
or transmitted in any form or by any means,
without prior written permission of the publisher.

GBPL/969/2017

മരുജീവിതം മറിക്കുമ്പോൾ

ഗൾഫ് പ്രവാസത്തെപ്പറ്റി വ്യത്യസ്ത കാലങ്ങളിൽ എഴുതിയ ലേഖനങ്ങളാണിവ. ആറു വർഷത്തെ എന്റെ പ്രവാസജീവിതത്തിന്റെ ഉപലബ്ധി എന്നു വേണമെങ്കിൽ പറയാം. അക്കാദമിക്കലായ ഒരു പരിചരണമല്ല ഈ പുസ്തകത്തിനുള്ളത്. വളരെ സാധാരണക്കാരായ തൊഴിലാളികളുടെ ജീവിതക്കാഴ്ചകൾ മാത്രമാണിത്. ഗൾഫുകാരന്റെ കാലസങ്കല്പത്തെയും ഇന്ത്യൻ ജാതിവ്യവസ്ഥയും ഗൾഫ് പ്രവാസവും തമ്മിലുള്ള ബന്ധത്തെപ്പറ്റിയൊക്കെ ഞാൻ പറഞ്ഞുപോയിട്ടുണ്ട്. ഇത്തരം നിരീക്ഷണങ്ങൾ വഹിക്കുന്ന ലേഖനങ്ങൾ ഗൾഫ് പ്രവാസികളിൽനിന്ന് ഉണ്ടാവേണ്ടതാണ്. തുറന്നുവെച്ച കണ്ണുകളല്ല, വേദനകൾ മറക്കാൻ അടച്ചുവെച്ച കണ്ണാണ് അവർക്കുള്ളത്. ഗൾഫ് പ്രവാസത്തെപ്പറ്റിയുള്ള ഇന്ത്യൻ സർക്കാർ ഏജൻസികളുടെയും എൻ.ജി.ഒ. സംരംഭങ്ങളുടെയും അക്കാദമിക്കൽ പഠനങ്ങളാവട്ടെ വളരെ ഉപരിപ്ലവ സമീപനങ്ങൾ കൊണ്ട് പലപ്പോഴും സമ്പന്നമാണ്! ലോകത്താകമാനം കുടിയേറ്റ പ്രശ്നങ്ങൾ പ്രധാന രാഷ്ട്രീയ വിഷയങ്ങളായി വന്നുകൊണ്ടിരിക്കുന്നു. അഭയാർത്ഥിപ്രവാഹം വലിയ പ്രതിസന്ധിയും പ്രഹരവും മാനവികബോധത്തിന് നൽകിക്കൊണ്ടിരിക്കുന്നു.

ഗൾഫ് പ്രവാസത്തിന്റെ ചിട്ടയായതും ശാസ്ത്രീയ വുമായ ചരിത്രം ഇന്നും ലഭ്യമല്ല. ഗൾഫിലുള്ള ഇന്ത്യൻ സമൂഹത്തെപ്പറ്റിയുള്ള ഡാറ്റകൾ പോലും

ദുർബലമായ നിലയിലാണ്. അതേ സമയം ഇന്ത്യൻ സാമ്പത്തികഘടനയും പ്രത്യേകിച്ച് കേരളത്തിന്റെ സാമ്പത്തിക നട്ടെല്ലാണ് ഗൾഫ് മണി. പക്ഷേ, ഇത്രയും അവഗണിക്കപ്പെടുന്ന വിഭാഗം മറ്റൊന്നില്ലതന്നെ. ഗൾഫ് പ്രവാസത്തെപ്പറ്റിയുള്ള ഒരു സമഗ്ര പുസ്തകത്തിന്റെ ഈ കൊച്ചു ദുഃസ്വപ്നസാക്ഷാത്ക്കാരം ദവയായി സ്വീകരിച്ചാലും.

പുതുപതിപ്പിന് വേദിയൊരുക്കിയ ഗ്രീൻ ബുക്സിനു നന്ദി.

ശിഹാബുദ്ദീൻ പൊയ്ത്തുംകടവ്

ഉള്ളടക്കം

ഗൾഫുകാരന്റെ കാലം 09
നാദാപുരം കഫറ്റീരിയ 13
ജാതിവ്യവസ്ഥയും ഗൾഫ് ജീവിതവും 24
പ്രവാസിയുടെ നോമ്പ് 34
രേഖപ്പെടുത്താതെപോയ
സാമ്പത്തിക മഹായുദ്ധം 37
മറുജീവിതം 41
കുലീനമായ അകലം
പാലിക്കുന്ന അറബികൾ 48
മാലാഖേ നീ നീക്കിയ ഓടാമ്പലിൽ
ഒരു ജീവിതം പറ്റിപ്പിടിച്ചിരിപ്പുണ്ടായിരുന്നു 54
അന്നുകേട്ട പാട്ടല്ല;
അവിടെവെച്ചു കേട്ടതുമല്ല 57
പെരുമഴയിൽ ദൈവത്തിന്റെ
സ്വന്തം കൈക്കുട 61
ഒബിയില്ലാഹി തൗഫീക്ക് 67
ചെരിപ്പ് അകത്തേക്കെടുത്തു
വെക്കാത്ത യാത്രികൻ 69
സ്നേഹം തിന്നുകളഞ്ഞില്ലേ,
ആ മൊബൈൽ ഫോൺ 73
മറക്കാൻ നമുക്കോർമ്മിക്കാം! 77
മരുഭൂമിയിലെ
എം. കൃഷ്ണൻനായർ 80
മിഠായിഗുളികയ്ക്ക് നന്ദി 85

ഗൾഫുകാരന്റെ കാലം

ഗൾഫുകാരന്റെ പലവിധ നഷ്ടങ്ങളെക്കുറിച്ചു പറയുന്നവരാരും കാലത്തിന്റെ കാര്യത്തിൽ അയാൾക്കു വന്നുപെടുന്ന സ്തംഭനത്തെക്കുറിച്ചു ചർച്ചചെയ്യാറില്ല. നമുക്കെല്ലാവർക്കും അറിയുന്നതുപോലെ, യൂറോപ്പിലോ അമേരിക്കയിലോ കുടിയേറുന്നതുപോലെയല്ല ഗൾഫിലെ ജീവിതം. എപ്പോഴും തിരിച്ചുപോകാൻ തയ്യാറായി നിൽക്കുന്ന കെട്ടിവെച്ച ഒരു പെട്ടിയാണ് അതിന്റെ പ്രതീകം. അതുകൊണ്ടുതന്നെ ഗൾഫുകാരന്റെ കാലത്തെ പ്രത്യേകമെടുത്ത് അളക്കേണ്ടുന്ന ബാധ്യത സാമൂഹ്യശാസ്ത്രജ്ഞർക്കുണ്ട്. അങ്ങനെ ഒരു ആലോചനപോലും ഇതുവരെ ആരും നടത്തിയിട്ടില്ല.

ഏതൊരാളുടേയും കാലം അയാളുടെ ദേശങ്ങൾക്കൊപ്പം ഒട്ടിനിന്നാണ് അതിന്റെ വിവിധങ്ങളായ വിളവെടുപ്പുകളിൽ ഏർപ്പെടുന്നത്. അനുഭവങ്ങളുടെയും പുസ്തകേതരമായ പാഠങ്ങളുടെയും ബഹുവിധമായ വിളവെടുപ്പാണത്. ദേശം എന്ന വയലിൽ അയാൾ വിതയ്ക്കുകയും കൊയ്യുകയും ചെയ്യുന്നു. ഒരാളുടെ ജീവിതത്തെ നാം അളക്കുന്നതിന്റെ പല പാത്രങ്ങളിലൊന്നാണത്. തീർച്ചയായും അതിനു സാംസ്കാരികവും രാഷ്ട്രീയപരവുമായ തുടർച്ചകളുണ്ട്. തുടർച്ചകൾ അറ്റുപോകുന്ന കാലമാണ് ഗൾഫുകാരന്റെ ഏറ്റവും വലിയ നഷ്ടം. ഗൾഫ് ജീവിതത്തിനിടയിൽ ഒരു ഞെട്ടലോടെയാണ് ഞാൻ അതു തിരിച്ചറിയുന്നത്. മനോജ് നൈറ്റ് ശ്യാമളന്റെ sixth senseലെ നായകൻ സിനിമയുടെ അവസാനം താൻ ജീവിച്ചിരിപ്പില്ല എന്നറിയുന്നുണ്ട്. അതുപോലെ ഒരറിവാണത്. ഗൾഫിൽ കുവൈറ്റും സൗദി അറേബ്യയും ഒഴിച്ചുള്ള എല്ലാ രാജ്യങ്ങളിലും സാമാന്യമായി ഞാൻ യാത്ര ചെയ്തിട്ടുണ്ട്. ഈ കാലസ്തംഭനം തന്നെ വ്യത്യസ്തമാണ്. പല അളവുകോൽ ഉപയോഗിച്ചും നമുക്കത് അളക്കാം. രാഷ്ട്രീയബോധമാവാം. സാമ്പത്തികബോധംപോലും ആവാം. ഒന്നുകൂടി വ്യക്തമാവുന്ന ഒരു ഉദാഹരണം പറയാം. സാംസ്കാരിക അഭിരുചിയുള്ളവർക്ക് എളുപ്പം മനസ്സിലാവുന്ന ഒന്ന്. കേരളത്തിൽ ഇപ്പോൾ ആരും ബാലചന്ദ്രൻ ചുള്ളിക്കാടിന്റെ കാസെറ്റ്കവിതകൾ ഏകാന്തതയിലിരുന്നു കേട്ട് നിശ്വാസമുതിർക്കാറില്ല. എന്നാൽ ഗൾഫിൽ ഇപ്പോഴും

ഇത്തരം ആളുകളെ കാണാം. എൺപതുകളുടെ ആദ്യപകുതിയിലെത്തി യവരാണിവർ. അതിനുശേഷം അയാൾക്കു കവിത കേൾക്കുവാനോ വായിക്കുവാനോ അപ്ഡേറ്റു ചെയ്യുവാനോ അവസരം കിട്ടിയിട്ടില്ല. ഇനി കിട്ടിയാലും പുതിയതൊന്നിനെ നിരാകരിക്കാനുള്ള വാസന അയാളിൽ ഉണ്ടായെന്നു വരാം. എഴുപതുകളുടെ ഒടുവിൽ ഗൾഫിൽ വന്നവരിൽ കുറെപ്പേരെങ്കിലും കേരളത്തിൽ കെ. വേണു വിപ്ലവംകൊണ്ടുവരുമെന്നു വിചാരിക്കുകയും അതല്ലെങ്കിൽ ഉപബോധമനസ്സ് അതിൽ ആശ്രയിക്കു കയോ ഉപജീവിക്കുകയോ ചെയ്യുന്നുണ്ട്. എഴുപതുകൾക്കുശേഷം കേരളത്തിൽ വന്ന രാഷ്ട്രീയ, സാമ്പത്തിക കാലാവസ്ഥ ഗൾഫുകാരനെ സംബന്ധിച്ചിടത്തോളം കാലപരമായി സ്തംഭിച്ചു നിൽക്കുകയാണ്. ഗൾഫിൽ എവിടേയും കെ. വേണുവിനെയോ ബാലചന്ദ്രൻ ചുള്ളിക്കാടി നെയോ ആവശ്യമുണ്ടാകുമെന്നു തോന്നുന്നില്ല.

സിനിമയുടെ എഡിറ്റിങ് സാങ്കേതികത ദിനേനയെന്നോണം പുതിയ പുതിയ ആവിഷ്കാരങ്ങൾ തേടുകയാണ്. ഒരു ദൃശ്യത്തിൽനിന്ന് ഒരു കഷണം പ്രത്യേകം അടർത്തിമാറ്റി സ്തംഭിപ്പിക്കുകയും മറ്റെല്ലാം ചലി ക്കുകയും ചെയ്യാൻ ഇന്നത്തെ എഡിറ്റിങ് സാങ്കേതികതയ്ക്ക് എളുപ്പം സാധിക്കും. അതുപോലൊരു സ്തംഭനാവസ്ഥ ഗൾഫുകാരന്റെ കാല സങ്കല്പത്തിൽ അയാളറിയാതെ വന്നുപെടുന്നതിനെപ്പറ്റിയാണ് പറഞ്ഞു വരുന്നത്. 1982ൽ ഗൾഫിലേക്ക് വന്നൊരാൾ 2010 തുടരുകയാണെന്നു കരുതുക. കാലപരമായി അയാൾ 1982ൽ സ്തംഭിച്ചു നിൽക്കും. ഇടയ്ക്ക് ഗൾഫുകാരന്റെ ഒന്നോ രണ്ടോ മാസത്തെ നാട്ടിലെ നില്പൊന്നും വലിയ യളവിൽ ഈ കാലസ്തംഭനത്തെ അലിയിച്ചുകളയാൻ പര്യാപ്തമാ ണെന്നു തോന്നുന്നില്ല.

ഏതൊരാളിന്റെയും മനസ്സിൽ 'പ്രദേശം' മുതിരുന്നതോടെ രൂപ പ്പെട്ടിരിക്കും. ഗൾഫിൽനിന്ന് എഴുതുന്നവർ എന്താണ് തങ്ങൾ ജീവി ക്കുന്ന പരിസരത്തെ അവഗണിച്ച് കേരളീയമായിട്ടെഴുതുന്നത് എന്ന ഒരു ആരോപണമുണ്ട്. ഇതു നേരത്തേ രൂപപ്പെട്ട പ്രദേശസങ്കല്പത്തിന്റെ പ്രശ്നമായിട്ടാണ് തോന്നാറുള്ളത്. ഗൾഫിൽ ഒരു മലയാളി ഈന്തപ്പന കാണുമ്പോൾ നാട്ടിലെ തെങ്ങുമായിട്ടാണ് അതിനെ ബന്ധിപ്പിക്കുന്നത്. മലയാളികൾ ഒത്തുകൂടുന്നിടത്തൊക്കെ ഒരു അസോസിയേഷനുണ്ടാ കുന്നത് അതുകൊണ്ടാണ്. ബന്ധുക്കളുടെയോ അറബികളുടെയോ ദേശമല്ല മലയാളിക്ക് ഗൾഫ്. ഓർമ്മകളുടെ ഒരു മത്സരമാണ് അവനെ സംബന്ധിച്ച് ഗൾഫ്. ഈ മത്സരത്തിൽ എപ്പോഴും വിജയിക്കുന്നത് കേരളദേശത്തിന്റെ ഓർമ്മകളാണ്. ഭാഷ മനസ്സിലേക്ക് എത്തുന്നത് ചിത്രമായിട്ടാണ് എന്ന് ഇന്ന് എല്ലാവർക്കുമറിയാം. ഈ ചിത്രം പണി കഴിപ്പിച്ചെടുക്കുന്ന ആല ഭൂതകാലസ്മരണകളല്ലാതെ മറ്റൊരിടത്തു നിന്നുമല്ല.

ഭൂതകാലസ്മരണ →ചിത്രം → ഭാഷ → ഇതരഭാഷകൾ ചിത്രങ്ങൾ ഇങ്ങനെയാണു വരുന്നത്. വിദേശമലയാളി ശരീരംകൊണ്ടു ഗൾഫിലും

മനസ്സുകൊണ്ടു കേരളത്തിലുമാണ് ജീവിക്കുന്നത്. ഓർമ്മകളാണ് സങ്കല്പങ്ങളെയും ധാരണകളെയും രൂപപ്പെടുത്തുന്നതിൽ വളരെ പ്രധാനപ്പെട്ട പങ്കുവഹിക്കുന്നത്. ഓർമ്മകളിൽനിന്ന് ഊർജ്ജംകൊണ്ട സങ്കല്പങ്ങൾ (മത-രാഷ്ട്രീയ-സാംസ്കാരിക-കുടുംബ-സാമ്പത്തിക ബന്ധങ്ങളെച്ചൊല്ലിയുള്ള തർക്കം) നിരന്തരം പരിഷ്കരിച്ചുകൊണ്ടിരിക്കുക എന്നതു മനസ്സിന്റെ പ്രധാന ജോലികളിലൊന്നാണ്. ഓർമ്മകൾക്കു മേൽ സമകാലീന സംഭവങ്ങൾ നടത്തുന്ന അഴിച്ചുപണികൾ പക്ഷേ, വിദേശ മലയാളിയിൽ സ്തംഭിച്ചു നിൽക്കും. പ്രത്യേകിച്ച് ഗൾഫ് മലയാളികളുടെ ജീവിതത്തിൽ. കാരണം കേരളം/ ഇന്ത്യ അവന് ഗൾഫിലേക്കു കൊണ്ടുവരാൻ കഴിയില്ല. ഓർമ്മകളുടെ ശിരച്ഛേദമാണു വിമാനം കയറുന്നതോടെ സംഭവിക്കുന്നത്. (അറിഞ്ഞോ അറിയാതെയോ ഗൾഫ് ജീവിതത്തെ ആത്മബലിയെന്നു വിളിക്കുന്നതിൽ വളരെ പ്രധാനപ്പെട്ട കാര്യം കിടപ്പുണ്ട്.) പിന്നീടങ്ങോട്ടു കേരളീയ ജീവിതത്തിന്റെ നൈതിക ബോധംമാത്രമേ അവനു കാര്യമായി ആവശ്യമായി വരുന്നുള്ളൂ. ഭൂപ്രകൃതി ഓർമ്മകളെയും സങ്കല്പങ്ങളെയും ഇങ്ങനെ നാടുകടത്തുന്ന ചിത്രം ലോകത്തിലെ ഏതെങ്കിലും പ്രവാസി സമൂഹത്തിലുണ്ടോയെന്ന് പരിശോധിക്കേണ്ടതാണ്. ഈ നിലയ്ക്ക് ഗൾഫുകാരന്റെ ജീവിതത്തിന് ഒരു പട്ടാളക്കാരന്റെ ജീവിതവുമായി വലിയ സാദൃശ്യമുണ്ട്. പട്ടാളക്കാരൻ സ്വന്തം ശരീരത്തെ പണയപ്പെടുത്തുമ്പോൾ ഗൾഫുകാരൻ തന്റെ ഓർമ്മകളെയാണ് അതിനു വിധേയമാക്കുന്നത്. ഒരാളിന്റെ ശരീരംപോലെതന്നെ പ്രധാനപ്പെട്ടതാണ് ഓർമ്മയും. ഓർമ്മകളുടെ സ്തംഭനം ഒരുതരം മരണമാണ്. അതല്ലെങ്കിൽ കൂടുവിട്ട് കൂടുമാറലാണ്. നാട്ടിൽ സ്തംഭിച്ചു നിൽക്കുന്ന മനസ്സിനെ മറന്നുള്ള ശരീരത്തിന്റെ നിലനില്പു മത്സരം. തീർച്ചയായും ഒരു യുദ്ധംതന്നെയാണത്. ഈ മത്സരത്തിന്റെ ഏറ്റവും ഗുണകരമായ ഉത്പന്നമെന്നു പറയുന്നതു നാട്ടിലെത്തിച്ചേരുന്ന ഗൾഫ് മണിയാണ്. ദാരിദ്ര്യം എന്ന ശത്രുവിനെതിരേയുള്ള സാമ്പത്തികയുദ്ധമല്ലാതെ ഗൾഫ്കുടിയേറ്റത്തിനു വേറെ ഉപമകളില്ല എന്നാണെന്റെ വ്യക്തിപരമായ അഭിപ്രായം.

ഏറെക്കാലം ഗൾഫിൽ കഴിഞ്ഞ പ്രവാസി നാട്ടിൽ തിരിച്ചെത്തി ഒന്ന് 'സെറ്റിൽ' ചെയ്യുമ്പോൾ ഈ കാലസ്തംഭനം അവനെ എല്ലാ വിധത്തിലും ശ്വാസംമുട്ടിക്കുന്നു. നാട്ടിൽ ജീവിക്കാൻ കൊള്ളാത്തവനായി മാറുന്ന അസ്ഥാനത്തു വച്ച ഒരു വസ്തു. 'വരവേല്പ''എന്ന സിനിമ പരോക്ഷമായി ഈ കാര്യം നമ്മെ ഓർമ്മിപ്പിക്കുന്നുണ്ട്. സത്യത്തിൽ മോഹൻലാൽ അവതരിപ്പിക്കുന്ന ആ കഥാപാത്രം പലയിടത്തും കോമാളിയായിപ്പോകുന്നത് അയാൾ നാടുവിട്ടുപോയ കാലത്തെവെച്ച് പുതിയ കാലത്തെ കാണുന്നതും 'ഓർമ്മകളുടെ ഈ മൂലധനം' വെച്ച് ഒരു ബിസിനസ് (ബസ്സ് മുതലാളി) ചെയ്യാൻ ശ്രമിക്കുകയാണ്. ശ്രീനിവാസന്റെ തിരക്കഥകളുടെ മാത്രം സവിശേഷതയായി കാലിക രാഷ്ട്രീയ അടിയൊഴുക്കുകളുടെ രേഖപ്പെടുത്തൽ ഈ സിനിമയിൽ കാര്യമായി അനുഗ്രഹിച്ചിട്ടുണ്ട്.

ഒരുപക്ഷേ, ഗൾഫുകാരന്റെ കാലസ്തംഭനത്തെപ്പറ്റി ഓർമ്മിപ്പിച്ച ഒരേയൊരു കഥാകാരൻ ശ്രീനിവാസനായിരിക്കും.

ആഗോളീകരണകാലത്ത് ഉത്പന്നങ്ങൾ ദീർഘകാലാടിസ്ഥാനത്തിലുള്ള ഉപയോഗത്തിനായി നിർമിക്കപ്പെടുന്നില്ല. ഇന്നലെ വന്ന മൊബൈൽഫോൺ അടുത്ത മാസം ഔട്ട് ഡേറ്റടാണ്. ഉപഭോഗവസ്തുക്കളിലെല്ലാം ഇത്തരം ഹ്രസ്വകാലമുണ്ട്. ഒരു ജനതയെന്തെന്നു വെളിപ്പെടാൻ അവരുപയോഗിക്കുന്ന വസ്തുക്കൾ സൃഷ്ടിക്കുന്നതിൽ മറ്റെങ്ങുമല്ലാത്തവിധം കടുത്ത സ്വാധീനം ചെലുത്തുന്ന ഒരു കാലമാണ് നമ്മുടേത്. ഉപയോഗിക്കുന്ന വസ്തുക്കളെപ്പോലെ നമ്മുടെ മൂല്യബോധവും സങ്കല്പവും നാൾക്കുനാൾ മാറിമറിയുന്നുണ്ട്. പണ്ടും ഇങ്ങനെയൊക്കെയുണ്ടായിരുന്നെങ്കിലും കാലത്തിന് ഇത്രയും അതിവേഗമുണ്ടായിരുന്നില്ല. മൂല്യബോധത്തിന്റെ ഈ കുഴമറിച്ചിലുകൾ കേരളംപോലുള്ള ഒരു ഉപഭോഗ സംസ്ഥാനത്ത്, തീർച്ചയായും വലിയ അളവിലാണ് സംഭവിച്ചുകൊണ്ടിരിക്കുന്നത്. ഈ മാറ്റങ്ങളെയൊന്നും കാണാതെ 1982–ൽ നാടുവിട്ടുപോയ മലയാളി 2010–ൽ നാട്ടിൽ സെറ്റിൽ ചെയ്യുന്നത്, 82–ലെ മൂല്യബോധത്തിന്റെ തണലിലാണ് പലപ്പോഴും. അവിടെ പാഴ്മരുഭൂമിയായ കാര്യം അയാൾ അറിയുന്നേയില്ല. 309 വർഷം ഉറങ്ങിപ്പോയ ഗുഹാവാസികളെപ്പറ്റി ഖുർ-ആനിൽ (സൂറത്തുൽ ഖഹ്ഫ്) പറയുന്നുണ്ട്. ഈ ഗുഹാവാസികളെപ്പോലെയായിപ്പോവുകയാണ് നാട്ടിൽ നങ്കൂരമിടാൻ ശ്രമിക്കുന്ന പ്രവാസി മലയാളി. ഫലമോ, ഏതു ജനവിഭാഗത്തേക്കാളും ഗൾഫുകാരൻ നാട്ടിൽ വഞ്ചിക്കപ്പെടുന്നു. അയാളുടെ സമ്പാദ്യം കൊള്ളയടിക്കപ്പെടുന്നു. നാട്ടിൽ അയാളുടെ മൂല്യബോധവും വിശ്വാസവും ഒരു പരിഹാസവിഷയമായി മാറുന്നു (ഇങ്ങനെ വഞ്ചിക്കപ്പെട്ടവരായ ഗൾഫുകാരുടെ ഒരു സംഘടനതന്നെ നാട്ടിൽ രൂപപ്പെടുത്തുന്നുണ്ട്). നൂറുകണക്കിന് ഉദാഹരണങ്ങളുടെ ഓർമ്മയിലാണ് ഇതു പറയുന്നത്. മാറുന്ന കാലത്തെ ചെവിയോർക്കുന്ന ചിന്താശീലർ ഈ അബദ്ധങ്ങളിൽനിന്ന് വിട്ടുനിൽക്കുന്ന ദൃശ്യങ്ങളും കാണാം. നിർഭാഗ്യവശാൽ ഇത്തരക്കാർ വിരലിലെണ്ണാവുന്നവർ മാത്രം.

ഓർമ്മകൾക്കുമേൽ കാലം സ്തംഭിച്ചു പോയതിനെപ്പറ്റി ഗൾഫുകാർ ഉണരണം. ഈ നഷ്ടം നാടിനുവേണ്ടിയുള്ളതാണ്. തിരിച്ചുപോകുന്ന ഗൾഫുകാരന് അയാളുടെ ഓർമ്മകളുടെ നഷ്ടത്തിനുമേൽ കിരാതമായി ചൂഷണം ചെയ്യപ്പെടുന്നതു തടയേണ്ടതുണ്ട്.

ഗൾഫുകാരന്റെ കാലസ്തംഭനത്തിനു വിലയിടാൻ സമയമായി. ■

നാദാപുരം കഫറ്റീരിയ

കസ്റ്റംസ് എമിഗ്രേഷൻ പരിശോധനകളിലോ സ്ക്രീനിങ്ങിലോ ശ്രദ്ധയിൽപ്പെടാതെ മലയാളി തങ്ങളുടെ പ്രവാസഭൂമിയിലേക്ക് എന്നും ഒളിച്ചു കടത്തുന്ന ഒന്നുണ്ട്-അവന്റെ സംസ്കാരം. നിവൃത്തികേടുകൊണ്ട് ഏതു സംസ്കാരവുമായും എളുപ്പം ഇണങ്ങിച്ചേരുന്നതായി അവൻ അഭിനയിക്കുക മാത്രമാണ്, പലപ്പോഴും. പ്രത്യേകിച്ച് പ്രവാസപർവത്തിലെ ഒന്നാം തലമുറ, അമേരിക്കയിലായാലും ഗൾഫിലായാലും.

ഗൾഫിൽ ഈന്തപ്പനകളെ കാണുമ്പോൾ തെങ്ങിന്റെ വിവർത്തനങ്ങളായി വായിക്കാൻ കഴിയുന്ന ഏകവിഭാഗം മലയാളിയാണ്. തന്റെ സംസ്കാരമാക്കി മാറ്റാൻ ശ്രമിച്ചു പരാജയപ്പെടുമ്പോൾ തങ്ങളുടെ ലോകത്തിലെ virtual കാഴ്ചകളാക്കി അവൻ പരിവർത്തിപ്പിച്ചുകളയും! മലയാള ദിനപത്രങ്ങളുടെ എഡിഷനുകൾ ഒരു ഉദാഹരണമായി എടുക്കാം. കേരളത്തിൽനിന്നിറങ്ങുന്ന വാർത്തകൾക്കുമേൽ ഒരു കൊച്ചുകേരള എഡിഷൻ തന്നെയാണ് അവിടത്തെ ലോക്കൽപേജുകളും. അനവധി നിരവധി ഗോത്രസമൂഹമുള്ള ഗൾഫിൽ മറ്റൊരു വിചിത്രഗോത്രമാണ് മലയാളി സൈക്കിളിലുള്ളതെന്ന് ഇവിടെവെച്ചു തിരിച്ചറിയാം. തങ്ങളുടെ നാട്ടിലെ സാമൂഹിക സാമ്പത്തിക ചിഹ്നങ്ങളെ വെച്ചാണ് അയാൾ കാര്യങ്ങളെ മുഴുക്കെ വായിച്ചുപോകുന്നത്! രസകരവും വിചിത്രവുമായ ചിഹ്നശാസ്ത്രം മലയാളിയുടെ മാത്രമായി ഗൾഫിലുണ്ട്. ഉദാഹരണത്തിന്, സ്ഥലപ്പേരുകൾ മലയാളി മുറിച്ചിടുന്നതുതന്നെ രസകരമാണ്. യൂസഫ് അൽ ബക്കർ റോഡ് എന്നൊക്കെയാണ് സ്ഥലപ്പേരെങ്കിലും മലയാളി വിളിക്കുന്ന പേര് പലതുമായിരിക്കും. ദുബായിലായാലും മസ്കറ്റിലായാലും സൗദിഅറേബ്യയിലായാലും സ്ഥിതിക്കു മാറ്റമില്ല!

ചില സാമ്പിളുകൾ:

കാദറോട്ടൽ (ദുബായ്), കൈരളിമുക്ക് (മസ്കറ്റ്), സുഡാനിഗലി (ദുബായ്), റോക്കറ്റ് പള്ളി (അബുദാബി), ഉജാല ബിൽഡിങ് (സൗദി അറേബ്യ), ഇഷ്ടികപ്പള്ളി (ദുബായ്), അമിതാഭ്ബച്ചൻ ബിൽഡിങ് (അബുദാബി); എന്തിനേറെ ശങ്കർ മസ്ജിദ് (ദുബായ്) എന്നുവരെ

മലയാളി സ്ഥലത്തിനു പേരിട്ടു കൊടുത്തിട്ടുണ്ട്. ശങ്കർ സൂപ്പർമാർക്കറ്റിനടുത്തുള്ള പള്ളി എന്ന അർത്ഥത്തിലാണ് ഇങ്ങനെയൊരു വിചിത്രമായ പേരു രൂപംകൊണ്ടത്. ഷാർജയിലെ ഒരു സ്ഥലത്തിന്റെ പേര് മുക്കന്നൂർ എന്നാണ്! ഉമുഖന്നൂർ എന്ന് അറബികളിട്ട പേരിനെ മലയാളീകരിച്ചതാണ്. Al-Muhaisna എന്ന സ്ഥലത്തെ മലയാളി വിളിച്ചു പ്രശസ്തമാക്കിയതിങ്ങനെ – സോണാപൂർ. ഉദാഹരണങ്ങൾ ഇനിയും നിരവധിയുണ്ട്. അതു മാത്രം വലിയൊരു ലേഖനത്തിന്റെ വിഷയമാണ്. സത്യത്തിൽ ഗൾഫിൽ മലയാളി പ്രത്യേക ഗോത്രമായാണ് പ്രത്യക്ഷപ്പെടുന്നത്, കാസർഗോഡുകാർ ഒഴികെ. കാസർഗോഡിനു കേവലം മലയാളിത്തം മാത്രമല്ല ഉള്ളത്. മലയാളമടക്കം ഏഴോളം ഭാഷകൾ-കൊങ്കിണി, കന്നഡ, തുളു, ബ്യാരി, മറാഠി, ഉറുദു-അവർ സംസാരിക്കുന്നു. കൊടവ (കുടകുഭാഷ) പോലുള്ള സങ്കരഭാഷകൾ വേറേയും. ഗൾഫിൽ ഞാൻ കണ്ട വിചിത്രമായ കാര്യം കാസർഗോഡുകാർ അതേ ജില്ലയിലുള്ളവരോടൊപ്പമേ സാധാരണഗതിയിൽ താമസിക്കൂ. മതവിശ്വാസത്തിനും രാഷ്ട്രീയവിശ്വാസത്തിനും ഏത്രയോ മീതേയാണ് ഭാഷാസംസ്കാരവിശ്വാസം.

സൂക്ഷിച്ചുനോക്കിയാൽ, മലയാളി ഒരു ആധുനിക ഗോത്രമായാണ് ഗൾഫിൽ പെരുമാറുന്നത്. ഒരുപക്ഷേ, ലോകത്തു പിറന്ന ഏറ്റവും പുതിയ ഗോത്രം എന്നു നമുക്കതിനെ വിളിക്കാവുന്നതാണ്. ഏറെ നന്മകളും കുറച്ചൊക്കെ തിന്മകളും അതിനകത്തുണ്ട്. ചില പ്രത്യേകതരം 'സാമ്പത്തിക പെരുമാറ്റം' അതിലുണ്ട്. നാട്ടിൽനിന്നു കസ്റ്റംസിനെ വെട്ടിച്ച് അവൻ കൊണ്ടുവന്ന പൗരാണിക സാമ്പത്തിക സംസ്കാരമടക്കം അതിലുണ്ട്. ആറുവർഷത്തെ ഗൾഫ്ജീവിതത്തിനിടയിൽ എന്നെ വല്ലാതെ അമ്പരപ്പിച്ചതു മലയാളിയുടെ സാമ്പത്തിക സംസ്കാരത്തിന്റെ വ്യതിരിക്തതയാണ്. അതിന്റെ ഏറ്റവും മൂർത്തവും നന്മ നിറഞ്ഞതുമായ സാമ്പത്തികസംസ്കാരം.

നാദാപുരം കഫറ്റീരിയ എന്നു പറഞ്ഞാൽ നമ്മുടെ നാട്ടിലേതു പോലെയാണെന്നു വിചാരിക്കരുത്. വടകര നാദാപുരം ഭാഗങ്ങളിൽ പ്രബലമായി നിലനിന്നിരുന്ന കുറിക്കല്യാണ(പണപ്പയറ്റ്)ത്തിന്റെ ഉപലബ്ധിയാണു നാദാപുരം കഫറ്റീരിയ. വരനും വധുവുമില്ലാത്ത കേരളത്തിലെ ഏകകല്യാണം ഇതായിരിക്കും. ഇതൊരു ഗ്രാമ സാമ്പത്തിക സങ്കല്പമാണ്. ഒരു ഗ്രാമത്തിൽ ഒരാൾക്കു പെട്ടെന്ന് കുറെ പണം ആവശ്യമായി വരുന്നു. അയാൾ ചെറിയൊരു ക്ഷണക്കത്തടിച്ചു പരിചയക്കാർക്കൊക്കെ കൊടുത്ത് കുറിക്കല്യാണത്തിനു വിളിക്കുന്നു. ചെറിയൊരു തേയില സൽക്കാരമൊക്കെ ഉണ്ടായേക്കാം. വീടിനു മുന്നിൽ ചെറിയൊരു തുണിപ്പന്തൽ, വാടകയ്ക്കെടുത്ത കസേരകൾ, മേശകൾ, പാത്രങ്ങൾ ഇവ ഉണ്ടായേക്കാം. വന്ന ആളുകളെയൊക്കെ അവരെക്കൊണ്ട് കഴിയുംപോലെ ചെറിയ സംഖ്യകൾ കുറിക്കല്യാണം നടത്തുന്ന വീട്ടുകാരനെ ഏല്പിക്കുന്നു. വീട്ടുകാരൻ തന്നയാളിന്റെ പേരും തുകയും ഒരു നോട്ടുബുക്കിൽ കുറിച്ചിടുന്നു. ഇതു പലിശയില്ലാത്ത

വായ്പയാണ്. അടുത്ത ആൾ കുറിക്കല്യാണം വെയ്ക്കുമ്പോൾ തന്ന തുക തിരിച്ചുകൊടുക്കണം. അതൊരു മര്യാദയും അഭിമാനവുമാണ്. ചെറിയ ചെറിയ തുകകളിൽനിന്നു ലഭിക്കുന്ന വലിയ തുക ഗ്രാമീണന്റെ പ്രശ്നത്തിനു വലിയ ആശ്വാസമാകുന്നു - ഇതാണ് കുറിക്കല്യാണം. സമത്വബോധത്തിന്റെയും സഹാനുഭൂതിസ്നേഹങ്ങളുടെയും സാമ്പത്തിക ക്രിയയാണത്. പലിശയ്ക്കെതിരായ പയറ്റുമാണത്. ഈ സംസ്കാരം ഗൾഫിൽ അദ്ഭുതം സൃഷ്ടിച്ചു. ചരിത്രത്തിലെവിടേയും ഇതു രേഖപ്പെടുത്തിയിട്ടില്ല. സാമ്പത്തിക വിദഗ്ദ്ധരും അതിനെ കണ്ടതായി നടിച്ചതുമില്ല.

ലോക സാമ്പത്തിക ശാസ്ത്രജ്ഞന്മാർക്ക് നാദാപുരം കഫറ്റീരിയ സംസ്കാരത്തിൽനിന്ന് ഏറെ പഠിക്കാനുണ്ട്.

ഗൾഫിൽ, പ്രത്യേകിച്ച് യു.എ.ഇ.യിൽ നാദാപുരത്തുകാർക്കു കഫറ്റീരിയ ബിസിനസ്സിലുള്ള 'മൊണോപ്പൊളി' സാമ്പത്തികശാസ്ത്രത്തിന്റെ ഒരതീതകാഴ്ചയാണ്. സത്യവും സഹജീവിസ്നേഹവുമാണതിന്റെ ഏറ്റവും കാതലായ ഇൻവെസ്റ്റ്മെന്റ്. പണമുള്ള ആർക്കും തുടങ്ങാം ഒരു കഫറ്റീരിയ എന്ന് നാദാപുരത്തിനു പുറത്തുള്ള ഒരാൾ വന്നു വെല്ലുവിളിച്ചാൽ അവന്റെ ജീവിതം തുടർന്നങ്ങോട്ടു ശോകമായമാകും. കാരണം സത്യവും സഹജീവിസ്നേഹവും വിലകൊടുത്താൽ കിട്ടില്ല എന്നു കേരളത്തിലെ ഏതു സമൂഹത്തേക്കാളും നിശ്ചയമുള്ള വിഭാഗമാണ് നാദാപുരം പ്രോവിൻസിയിലെ പ്രജകൾ.

നാദാപുരക്കാരന്റെ കഫറ്റീരിയയിൽ കാഷ്യറെ കാണില്ല, നിങ്ങൾ. അവിടെ ജോലിക്കാരൊക്കെ കാഷ്യറാണ്. അവിടെ വെച്ച ഒളിക്യാമറ ദൈവത്തിന്റെ കണ്ണുകൾ മാത്രമാണ്. മനഃസാക്ഷിയാണ് അവിടുത്തെ ബില്ലിങ് മെഷീൻ. പരസ്പരവിശ്വാസമാണവന്റെ ബാങ്ക്. പ്രമുഖ കഫ്റ്റീരിയ ബിസിനസ്സുകാരനായ അസീസ് കരയത്ത് പറയുന്നത് യു.എ.ഇ.യിൽ മാത്രം ചെറുതും വലുതുമായി നാലായിരത്തിനാനൂറ് കഫറ്റീരിയകളുണ്ടെന്നാണ്. കണക്കെഴുത്തിന്റെയോ ബാങ്കിങ്ങിന്റെയോ സംശയക്കണ്ണുകളില്ലാത്ത ആ ലോകം ഇരുപത്തിയൊന്നാം നൂറ്റാണ്ടിലെ ഇക്കണോമിക്സിൽ നീന്തിവന്ന മഹാദ്ഭുതമെന്നേ പറയാനാവൂ. സാമ്പത്തിക ശാസ്ത്രം പ്രധാനവിഷയമായെടുക്കുന്നവർക്കു നാദാപുരം കഫ്റ്റീരിയ ഒരു ഡോക്ടറേറ്റ് പ്രബന്ധത്തിനുള്ള വിഷയം തന്നെയാണ്.

വാണിമേലിലെ അബ്ദുള്ള ആറാംക്ലാസ് തോറ്റുനിൽക്കുമ്പോഴാണ് ദുബായിലേക്കു വണ്ടി കയറിയത്. മുംബൈവരെ ബസ്സ്. പിന്നീട് കപ്പൽ. യാത്രയ്ക്കിടയിൽ ഉള്ളിലെവിടെയോ ഒരു തേങ്ങൽ അമർത്തിവെച്ചത് വടകരയെത്തിയതോടെ ചിതറിത്തെറിച്ചു. അടുത്ത സീറ്റിലിരുന്നയാൾ സമാധാനിപ്പിച്ചു. ദുഃആ ചെയ്യുക. എല്ലാം നല്ലതായി വരും.

ജീവിച്ച വീട്. ഇടപഴകിയ നാട്, ഉപ്പ, ഉമ്മ, സഹോദരങ്ങൾ എല്ലാം ദൂരേക്കു മറയുകയാണ്. മുംബൈയിലെത്താറായപ്പോൾ അബ്ദുള്ള എന്ന 'കുട്ടി' പൊട്ടിക്കരഞ്ഞു.

ബസ്സിലുള്ളവരൊക്കെ അബ്ദുള്ളയുടെ ചുറ്റുംകൂടി സമാധാനിപ്പിച്ചു. പേടിക്കേണ്ട മോനേ, നീ ഒറ്റയ്ക്കല്ല, നമ്മളെല്ലാരും ഇതുപോലെ വേദന കടിച്ചമർത്തി ദുബായിലേക്കു പോയവരാണ്. ഈ മണ്ണിൽ ജിവിക്കാൻ നമുക്കു വേറേ വഴികളില്ല. മൂത്തപെങ്ങന്മാരെ കെട്ടിക്കണ്ടേ, വാതം പിടി പെട്ടു കിടക്കുന്ന ഉപ്പയ്ക്കു ചെലവിനയച്ചുകൊടുക്കണ്ടേ, ഉമ്മയുടെ കണ്ണീർ തോരേണ്ടേ? ഏതു മരുഭൂമിയിൽപ്പോയാലും സർവശക്തനായ ആ ലോകരക്ഷാധികാരി റബ്ബ് നമ്മുടെ കൂടെയുണ്ട്. പിന്നെ നമ്മുടെ നാട്ടുകാരുമുണ്ട്. ദുബായിലേക്കാണെങ്കിൽ ദൈവംപോലത്തെ ഒരു മനുഷ്യമുണ്ട് അവിടെ. പൊന്നാണ്ടി അമ്മദ്ക്ക. കരുണയുടെ കടൽ. എല്ലാവരുടെയും ആശ്രയകേന്ദ്രം. അവിടെ നയ്ഫിൽ 'അജ്മീർ ഹോട്ടൽ' എന്ന കഫറ്റീരിയയുണ്ട്. പൊന്നാണ്ടി അമ്മദ്ക്കായെ അവിടെ ചെന്നുകണ്ടാൽ നീ സുരക്ഷിതനാണ്. അബുദാബിയിലാണെങ്കിൽ ടി.കെ. മൊയ്തുക്കാരന്റെ കാലിക്കറ്റ് ഹോട്ടലുണ്ട്. ഉദാരമതികളായ വേറേയും എത്രയോ മനുഷ്യരുണ്ട്.

വാണിമേലുകാരൻ അബ്ദുള്ളയ്ക്ക് ഈ വാക്കുകൾ നൽകിയ ആശ്വാസം ചില്ലറയല്ല. പറഞ്ഞതൊക്ക സത്യവുമായിരുന്നു. അന്ന് ഇന്നത്തെ പളപളപ്പുള്ള ദുബായ് അല്ല. കഫറ്റീരിയയെന്നു പറയുന്നതുപോലും മരുഭൂമിയിൽ പല പാതകൾ വന്ന് ഒത്തുകൂടുന്നയിടത്തെ ശൂന്യമായ വഴിയോരത്ത് പ്ലൈവുഡുകൊണ്ടുണ്ടാക്കിയ പീടികയാണ്. എയർകണ്ടീഷൻ പോയിട്ട് കറന്റുപോലും ഒരു സ്വപ്നം.

നാട്ടിൽനിന്നെത്തുന്നവരെ കാണുമ്പോൾ ഇന്നത്തെപ്പോലെ ഒഴിഞ്ഞുമാറാൻ നോക്കുന്ന പ്രവണതയില്ല. ഓടിവന്നു പുണരും. നാട്ടിലെ വിശേഷങ്ങൾ ചോദിക്കും. അന്നു ദിനപത്രങ്ങൾ കിട്ടാറില്ല, റേഡിയോയില്ല. ഗൾഫിലേക്കു ചേക്കേറുന്ന നാട്ടുകാരൻ സഹോദരനെപ്പോലെ പ്രിയപ്പെട്ടവൻ. അവനെ സംരക്ഷിക്കേണ്ട ബാധ്യത തങ്ങൾക്കാണെന്ന് ഓരോരുത്തരും വിചാരിക്കുന്നു. കിടന്ന പായയുടെയും കഴിച്ച ആഹാരത്തിന്റെയും നന്ദിയും സ്നേഹവും നാദാപുരത്തുകാർ മറക്കാറില്ല.

അമ്പലക്കണ്ടി പോക്കറാജി, കെ.ഒ.കെ. കുഞ്ഞാലി ഹാജി (മുനീർഹോട്ടൽ, ദേര), മഠത്തിൽ പോക്കരാജി (ഷാർജ), നൗഷാദ് മൊയ്തുഹാജി, എടച്ചേരി സി.എസ്. അബ്ദുള്ളക്ക, കല്ലുവളപ്പിൽ കുഞ്ഞമ്മദ്കുട്ടി ഹാജി, സി.കെ. അബ്ദുള്ള, കൊട്ടാരം മമ്മുസാഹിബ്... നാദാപുരം കഫറ്റീരിയയുടെ ചരിത്രത്തിലെ യുഗപുരുഷന്മാരുടെ പട്ടിക ഇങ്ങനെ നീളുന്നു.

എന്നാൽ ഇന്നു കാണുന്ന കഫറ്റീരിയയുടെ പിതാവ് ഏരോത്ത് മൂസ ഹാജിയാണ്. അദ്ദേഹം ആരംഭിച്ച വിന്നേഴ്സ് ആണ് ചരിത്രത്തിലെ ആദ്യ കഫറ്റീരിയയായി നാദാപുരംകാർ കണക്കാക്കുന്നത്. 1970കളുടെ ആരംഭത്തിൽ സത്വയിലാണ് അത് ഉദയംകൊണ്ടത്. ഇന്നത്തെ സത്വ പോലെയല്ല. ഒരു ജങ്ഷൻ മാത്രമുള്ള മരുഭൂമിയിലെ കേന്ദ്രമാണത്.

യു.എ.ഇ.യിൽ നിന്ന് ഇംഗ്ലീഷുകാർ പണ്ട് തിരോധാനം ചെയ്തിരുന്നില്ല. അന്ന് ശൈഖ് റാഷിദിന് പ്രിയപ്പെട്ട ഗ്രീൻ ആപ്പിൾ ജൂസ് ഒരു മലയാളി ഡ്രൈവർ വന്നു കൊണ്ടുപോകും. കഫറ്റീരിയയുടെ സാമ്പത്തിക വളർച്ച അദ്ഭുതകരമായി കുതിച്ചു.

നർമ്മപ്രിയനും ഉദാരമതിയുമായ ഏരോത്ത് മൂസ ഹാജിയുടെ വളർച്ച നാദാപുരത്തുകാരെ കൂട്ടമായി ദുബായിലേക്കു വരാൻ പ്രേരിപ്പിച്ചു. ഒന്ന്, രണ്ട്, നാല്, എട്ട് പെരുക്കങ്ങളായി നാലായിരത്തി നാനൂറോളം കഫറ്റീരിയകളായും ഏകദേശം നാല്പതിനായിരം പേരോളം ജീവിക്കുന്ന വലിയ സംവിധാനമായും അതു മാറി. നാദാപുരം എന്ന ദേശത്തിന്റെ ഒട്ടേറെ സവിശേഷതകളാണ് ഗൾഫിൽ കഫറ്റീരിയകളുടെ വലിയ സമുച്ചയം തന്നെ സൃഷ്ടിച്ചതെന്നു കാണാം.

നാദാപുരം പാവപ്പെട്ട കർഷകരുടെ ഗ്രാമമായിരുന്നു. കാർഷിക സംസ്കാരത്തിന്റെയും ഇല്ലായ്മകളുടെയും സദ്ഫലങ്ങളിലൊന്ന് തികഞ്ഞ സാമൂഹികബോധം. നാദാപുരത്തുകാരെപ്പോലെ ഇത്ര സാമൂഹികബോധമുള്ള സമുദായത്തെ (ദേശസമുദായത്തെ) നമുക്കു വേറെ കാണാനാവില്ല. നാടും നാട്ടുവിശേഷങ്ങളും അവർക്കു ഞരമ്പിലോടുന്ന രക്തംപോലെയാണ്. ഇന്നും നാട്ടിൽ സംഭവിക്കുന്ന ഓരോ കാര്യവും നാദാപുരത്തു താമസിക്കുന്നവരേക്കാൾ അറിയുന്നത് ഗൾഫ് നാദാപുരം കാരാണ്. അതിൽ മരണം, അസുഖവിവരം, കല്യാണം, പുതിയ പീടിക തുടങ്ങിയത്, മക്കളുടെ പഠനം, രാഷ്ട്രീയകാര്യങ്ങൾ എല്ലാം മിന്നൽവേഗത്തിൽ ദുബായിലെത്തുന്നു.

എന്തിനേറെ, ഒരാൾ മരിക്കുന്നതിനുമ്പേ മരണവാർത്ത ഗൾഫ് നാദാപുരക്കാരറിയും എന്നു തമാശ കലർന്ന ചൊല്ലുതന്നെ ഗൾഫിലുണ്ട്. സംഭവം ശരിയാണ്. ഉച്ചയ്ക്ക് ഒന്നരയ്ക്കു നടന്ന മരണം യു.എ.ഇ. സമയം 12ന് അറിയുന്നു.

സത്യത്തിൽ അതു പതിറ്റാണ്ടുകൾ തുടർന്നുവരുന്ന ഒരു സംസ്കാരമാണ്. പഴയകാലത്ത് ദുബായിലെ അമ്മദ് മുസല്യാരുടെ പള്ളി ഇത്തരത്തിൽ ഒരു പ്രധാന കേന്ദ്രമായിരുന്നു. നാട്ടിൽ ഒരാൾ മരണപ്പെട്ടാൽ നാദാപുരത്തുകാരെല്ലാവരും പള്ളിയിൽ ഒത്തുകൂടി മയ്യത്ത് നിസ്കരിക്കും. നമസ്കാരാനന്തരം റാണി ജൂസ് വിതരണമുണ്ടാകും. ദുബായിയുടെ വിവിധ മൂലകളിൽനിന്നെത്തുന്ന നാദാപുരക്കാർ പിരിയുന്നതിനുമുമ്പു തമാശയായി പറയാറുണ്ട്, മരിച്ചാലല്ലേ നമ്മൾ പരസ്പരം കാണൂ എന്ന്.

കഫറ്റീരിയരംഗത്ത് എടുത്തുപറയേണ്ട മറ്റൊരു പേരാണ് വി.പി. അബ്ദുള്ള. എൺപതുകളുടെ ആദ്യത്തിൽ തുടങ്ങിയ ഈറ്റ് ആൻഡ് ഡ്രിങ്കിന് ഇന്നു പതിനഞ്ചിലേറെ ശാഖകളുണ്ട്. മറ്റൊരു പ്രമുഖൻ നരിക്കേൾ ഹമീദ്ഹാജി. ഇദ്ദേഹത്തിന്റെ സീഷെൽ കഫറ്റീരിയ(അബുദാബി) ആധുനികവൽക്കരണത്തിന്റെ വൻപാതയിലാണ്. എയർപോർട്ട്, മൊയ്തു

ഹാജി, വാഴയിൽ മമ്മൂട്ടി ഹാജി, പുതിയിടത്തു കുഞ്ഞാലിഹാജി, കെ.ടി.കെ. അഹമ്മദ്ഹാജി, കണ്ണോത്ത് അന്ത്രുഹാജി, കണ്ണോത്ത് കുഞ്ഞാലിഹാജി, സി.ടി.കെ.മൊയ്തുഹാജി, അരക്കുൽ ഹാജി ഇവരെയൊക്കെ മാറ്റിക്കൊണ്ട് ഗൾഫിന് ഒരു കഫറ്റീരിയ ചരിത്രം എഴുതാനാവില്ല.

നീ വിഴുമ്പോൾ ഞാൻ താങ്ങാം. ഞാൻ വീഴുമ്പോൾ നീയും കൂടെയുണ്ടാകുമല്ലോ എന്ന ബോധം ഈ സാമ്പത്തിക സംസ്കാരത്തെ ഊട്ടി വളർത്തി. അതു മനുഷ്യബന്ധങ്ങളിൽ അളവറ്റ ഉദാരതകൾ നിറച്ചു. ഈ കൂട്ടായ്മകൾവഴി നേടിയ അളവറ്റ പണം നാട്ടിലേക്കൊഴുകി. നാടുണർന്നു. അങ്ങാടിയുണർന്നു. നാട്ടിലെ പാവപ്പെട്ട പെൺകുട്ടികളുടെ കല്യാണങ്ങൾക്കു സംഭാവനകൾ ഒഴുകി. അന്യദേശങ്ങളുടെ യത്തീംഖാനകളുടെ കാര്യങ്ങൾപോലും ഇവർ ഏറ്റെടുക്കുന്നു. നാട്ടിലെ എല്ലാ നല്ല കാര്യങ്ങൾക്കും ഇവർ മുന്നിട്ടിറങ്ങി.

കടോളിയിൽനിന്നു നമുക്കു തുടങ്ങാം എന്ന സങ്കല്പംതന്നെ വന്നു. കടോളി ഒരു സൂപ്പർമാർക്കറ്റിന്റെ പേര്. അതിന്റെ ഉടമ കടോളി കുഞ്ഞബ്ദുള്ള ഹാജി എന്ന ഉദാരൻ എല്ലാ പിരിവുകളും ഈ സ്ഥാപനത്തിൽനിന്നു തുടങ്ങിയ കഥയാണു ചരിത്രത്തിനു പറയാനുള്ളത്.

ഇന്നും നാദാപുരത്ത് ഒരു പാവപ്പെട്ട പെൺകുട്ടി സാമ്പത്തിക പ്രയാസത്താൽ വിവാഹം കഴിക്കാതെ നില്ക്കുന്നു എന്നുകേട്ടാൽ അല്ലെങ്കിൽ വീടില്ലാതെ ഒരു ദരിദ്രൻ കഷ്ടപ്പെടുന്നുവെന്നു കേട്ടാൽ നാദാപുരം കാരന്റെ കരുണയിൽ കണ്ണീർ നിറയും. അത് അവന്റെ സ്വന്തം പ്രശ്നമായിത്തീരും. പഴയകാലം ഒന്നും മറക്കുന്ന കൂട്ടത്തിലല്ല നാദാപുരത്തുകാർ. ഇല്ലായ്മയുടെയും വല്ലായ്മയുടെയും ഭൂതകാലം അവൻ ശിരസ്സിൽ ഒരു ലാൻഡ്മാർക്കുപോലെ കൊണ്ടുനടക്കുന്നു. ആ നന്മയാണ് അവന്റെ ഉദാരതയുടെ നദികളൊക്കെ ഒഴുക്കുന്നത്. വിശന്നു ജീവിച്ചവനേ വിശപ്പിന്റെ വിലയറിയൂ എന്നത് എത്രമാത്രം മഹത്തായ സത്യം.

നാദാപുരം പ്രവിശ്യ ഇന്ന് ഒരു നഗരത്തെ ഓർമിപ്പിക്കുംവിധം വളർന്നു. ഏറ്റവും മുന്തിയ ബൈക്കുമായി കുതിക്കുന്ന ചെറുപ്പക്കാർ, വിലകൂടിയ കാറിൽ വന്നിറങ്ങുന്ന ഗൃഹനാഥൻ, ആധുനികരീതിയിൽ പ്ലാൻ ചെയ്ത മനോഹരമായ കെട്ടിടങ്ങൾ. ഏറ്റവും മുന്തിയ സാധനങ്ങൾ നാദാപുരത്തു കൈയെത്തുംദൂരത്ത്. പക്ഷേ, വലിയ വിദ്യാഭ്യാസമുണ്ടെങ്കിലും എത്ര വലിയ 'ശുജായി'യാണെങ്കിലും പരസ്പരം കാണുമ്പോൾ, 'അല്ല കുഞ്ഞിമ്മോനേ, ഇഞ്ഞ് ഏടേനും' എന്നേ നാദാപുരത്തുകാർ പറയൂ. സ്നേഹത്തിന്റെ ആ നാട്ടുമുദ്ര അവന്റെ ജീവവായു തന്നെ. അക്ബർ കക്കട്ടിലിന്റെ കഥകളിൽ ഈ വാമൊഴിരീതിയുടെ നിറഞ്ഞ സ്നേഹസാന്നിധ്യം സമൃദ്ധമായി ഉപയോഗിക്കപ്പെട്ടിട്ടുണ്ട്. നാടു വളരണം എന്ന ചിന്തയുടെ സദ്ഫലമാണ് നാദാപുരത്തിന്റെ വളർച്ചയ്ക്കു നിദാനം. പുതിയ തലമുറ ഉപഭോഗസംസ്കാരത്തിന്റെ പിടിയിലാണെന്നത് ഒരു

സത്യമാണ്. ഏറ്റവും പുതിയ തലമുറയ്ക്ക് അത്തരം ആഴമുള്ള മനുഷ്യബന്ധങ്ങൾ കുറയുന്നുവെന്ന് പഴയ തലമുറയിൽപ്പെട്ടവർ ആശങ്കപ്പെടുന്നുണ്ട്.

കാർഷിക സംസ്കാരത്തിൽനിന്ന് ഉദയംചെയ്ത സാമൂഹികബന്ധമാണ് നാദാപുരത്തിന്റേത്. പതിയെ അതു ഗ്രാമീണമായ കച്ചവട സംസ്കാരത്തിലേക്കു നീങ്ങി. കേരളീയ സാമ്പത്തികവ്യവസ്ഥയുടെ തകർച്ചകളും തൊഴിലില്ലായ്മയും മലേഷ്യൻ കുടിയേറ്റത്തെ ഉണർത്തി. ആ ഉണർച്ച നാദാപുരം ഗ്രാമീണ കച്ചവടസംസ്കാരത്തിനു പുതിയ മണ്ണും വേരും ശാഖകളും സമ്മാനിച്ചു.

മറ്റു കച്ചവടംപോലെയല്ല കഫറ്റീരിയയുടെ ശൈലി. പത്തു പതിനാറു മണിക്കൂർനേരത്തെ കഠിനജോലിയും ശാരീരിക-മാനസിക സമർപ്പണവും അത്യന്താപേക്ഷിതമാണിതിന്. 'ഈസി' മണി മെയ്ക്കിങ്ങല്ല കഫ്റ്റീരിയൻ കച്ചവടം. അതിനു നേരും നെറിയും ഏറെയാണ്.

ഗൾഫിൽ സാമ്പത്തികമാന്ദ്യം അനുകൂലമായി മാറിയ ഏക കച്ചവടരംഗം കഫറ്റീരിയകളാണ്. വൻകിട, മൾട്ടിനാഷണൽ കമ്പനികളുടെ ഔട്ട്ലെറ്റിൽനിന്നു കിട്ടുന്ന അതേ ഭക്ഷണം കുറഞ്ഞ ദിർഹത്തിന് നാദാപുരം കഫറ്റീരിയയിൽനിന്ന് ലഭിക്കും എന്ന അറിവ് ദേശരാജ്യഭേദമെന്യേ കസ്റ്റമറെ അങ്ങോട്ടു നയിക്കുന്നു.

ചെലവു കുറയ്ക്കുന്നതിന്റെ ഭാഗമായി ആളുകൾ 'ആഷ്പോഷ്' ജീവിതത്തെ സ്വയം പരിശോധനയ്ക്കു വിധേയമാക്കുന്നുണ്ട്. ഇതാണ് കേരളീയ കഫറ്റീരിയകൾക്കു ഗുണകരമായി ഭവിച്ചത്. മാത്രമല്ല, വിദേശികളുമായുള്ള ബന്ധവും ഊഷ്മളതയും നിലനിർത്താൻ ഇത്തരം കഫറ്റീരിയകൾ ശ്രദ്ധിക്കുന്നുമുണ്ട്.

നാദാപുരം കഫറ്റീരിയകളിലെ പണം ഇടപാടുകൾക്ക് അദ്ഭുതകരമായ ഒരു ശൈലിയുണ്ട്. കൂട്ടുകച്ചവടമാണ്. ഇറക്കുന്ന പണത്തിന് ഒരു രേഖയുമില്ല. വിശ്വാസമാണ് അതിന്റെ അലിഖിത നിയമം. ഒരു ചെറിയ കഫറ്റീരിയ തുടങ്ങുമ്പോൾ നാട്ടിൽ ഒരു ഫ്രീവിസയ്ക്കു കൊടുക്കുന്ന പണമാവും മിക്കവാറും അതിന്റെ ഇൻവെസ്റ്റ്മെന്റ്. നാലുപേരുടെ വിസയ്ക്കുള്ള പണം ചേർന്നാൽ ഒരു കഫറ്റീരിയ തുടങ്ങാനുള്ള മൂലധനമായി. സഹായത്തിനു നാട്ടുകാരുണ്ട്, ബന്ധുക്കളുണ്ട്, സുഹൃത്തുക്കളുണ്ട്. 'ഞ്ഞി ദൈര്യായിറ്റ് തൊടങ്ങ് കുഞ്ഞിമോനെ' എന്ന സമാശ്വാസവും ധൈര്യവും നൽകാൻ ചുറ്റും സാമൂഹികബോധം എന്ന ഏറ്റവും വലിയ ഇൻഷുറൻസ് കമ്പനിയുമുണ്ട്. തോറ്റുപോകാനുള്ള സാധ്യത വളരെ കുറഞ്ഞ ബിസിനസ്സാണ് കഫറ്റീരിയ. വീണുപോയാലോ എഴുന്നേല്പിക്കാൻ സഹജീവികളുണ്ട്. കഫറ്റീരിയ ഉടമകൾതന്നെ പലയിടത്താണ്, പല കഫറ്റീരിയകളിലാണ് അവരുടെ ഷെയർ നിക്ഷേപിക്കുന്നത്. കച്ചവടത്തിൽ തോല്പിക്കാതിരിക്കാനുള്ള ഒരു പ്രത്യേക സാമ്പത്തികശാസ്ത്രം ഇതിനകത്തുണ്ട്. അനുഭവം എന്ന ഗുരു പഠിപ്പിച്ച

പാഠമാണിത്. അനുഭവത്തെ ഒരു ശാസ്ത്രത്തിനും തോല്പിക്കാനാവി ല്ലല്ലോ?

ഒരു നാടൻ കഫറ്റീരിയയിൽ ചായ കുടിക്കാൻ പോകുന്ന അന്യ ദേശത്തുകാരനായ ഒരാൾ അദ്ഭുതപ്പെട്ടുപോകും. അവിടെ മുതലാളിയെ ത്തിരഞ്ഞ് അയാൾ പ്രയാസപ്പെടും. കാരണം ഒരു കൊച്ചു മേശയാണ് കൗണ്ടർ അവിടെ എല്ലാവരും പണം വാങ്ങിയിടും.

ഇത് ഒരു വിശ്വാസത്തിന്റെ കാര്യമാണ്. പണം അടിവലിക്കുന്ന വിളഞ്ഞ വിത്തുകൾ ഉണ്ടായിട്ടില്ലെന്നല്ല. പക്ഷേ, അത് ഉപകാരപ്പെട്ട ആളു കളെ കണ്ടിട്ടില്ല. 'ഹക്കും ബാത്തിലും' കഫറ്റീരിയയുടെ ആത്മാവും ശരീരവുമാണ്. ആരെങ്കിലും പറ്റിക്കാൻ ശ്രമിച്ചാൽ പടച്ചതമ്പുരാൻതന്നെ മുന്നിൽ കാണിച്ചുതരും. നാദാപുരക്കാരുടെ വിശ്വാസമാണത്. ഗോത്ര വിശ്വാസത്തെ അനുസ്മരിപ്പിക്കും ഇത്.

നാദാപുരം കഫറ്റീരിയയിൽ മിക്കവാറും നാദാപുരംകാർതന്നെയാണ് ജോലിക്കാരായി വരുന്നത്. നാട്ടിൽ കഷ്ടപ്പെടുന്ന ഒരു കുടുംബമുണ്ട്. അതിൽനിന്നൊരു പയ്യനെ വിസയെടുത്തു കൊണ്ടുവന്നാൽ ആ കുടുംബം രക്ഷപ്പെടും. ഈ അടുത്ത കാലംവരേയും പതിനെട്ടിനും ഇരു പത്തിയഞ്ചിനുമിടയ്ക്കുള്ള പയ്യന്മാരെയാണ് ഇങ്ങനെ കൊണ്ടുവന്നത്. ഈ നന്ദിബോധം അവനു കഫറ്റീരിയയുമായി, ജോലി ചെയ്യുന്ന സ്ഥാപനവുമായി ഒരാത്മബന്ധം ഉണ്ടാക്കിത്തീർക്കുന്നു. അവന്റെ കൂറും സ്നേഹവും സ്ഥാപനത്തിന്റെ വളർച്ചയുടെ കേന്ദ്രബിന്ദുവുവായിത്തീ രുന്നു. കുറെ നാൾ ജോലിചെയ്തു കഴിഞ്ഞാൽ ആ 'എക്സ്പീരിയൻസ്', വച്ച് സ്വന്തമായി ഒരു കഫറ്റീരിയ തുടങ്ങാൻ അവനെ പ്രേരിപ്പിക്കുന്നതു മുതലാളിതന്നെയാണെന്നതു നമുക്ക് അവിശ്വസനീയമായി തോന്നാം. കേരളത്തിലെവിടെയും കാണാത്ത വിശാലമായ ഒരു ശൈലിയാണു നാദാപുരം കഫറ്റീരിയയുടെ സംസ്കാരം തന്നെ. നാദപുരത്തുകാർ കഫറ്റീരിയ ബിസിനസ്സിനു ചുറ്റും നിന്നു കറങ്ങുന്നതിന്റെ പിന്നിൽ നന്മ കലർന്ന സാമൂഹിക കാഴ്ചപ്പാടുണ്ട് എന്ന് ഇതിന്റെ ഉള്ളറകളിലേക്കു കടന്നു പോകുമ്പോഴേ പുറത്തുനിൽക്കുന്നൊരാൾക്കു മനസ്സിലാവൂ.

കഫറ്റീരിയ ബിസിനസ്സിൽ ബില്ലിങ്ങോ ചാർട്ടേഡ് അക്കൗണ്ടന്റോ ഇല്ല. സംഭവം സിംപിൾ-രാത്രി കടയടയ്ക്കുമ്പോഴറിയാം ലാഭനഷ്ട ത്തിന്റെ കണക്ക്. ശരിക്കുപറഞ്ഞാൽ ഒരുതരം ഏകദിനടെസ്റ്റാണത്. തോറ്റാലും ജയിച്ചാലും ഒരു ദിവസംകൊണ്ടറിയാം. അടുത്ത ദിവസത്തെ ടെസ്റ്റിൽ ജയിക്കാനുള്ള മുന്നൊരുക്കങ്ങളും അതു നൽകുന്നു.

അസീസ് കരയത്ത്, പൊയ്ക്കര അഹമ്മദ്ഹാജി, പാലൊളതിൽ അമ്മദ്ഹാജി ഇവരൊക്കെ കഫറ്റീരിയാ ബിസിനസ്സിലെ രാജകുമാരന്മാ രാണ്. പല അസൗകര്യങ്ങളിലൂടെ ആരംഭിക്കുകയും ഇന്നു പല ഔട്ട് ലെറ്റുകളുള്ള, ആധുനികവൽക്കരിച്ച കഫറ്റീരിയകളുള്ള ബിസിനസ് പ്രമുഖരാണ് അവർ. മാറുന്ന കാലത്തെയും സാഹചര്യത്തെയും മുൻകൂട്ടി

കാണാനുള്ള കഴിവും പ്രാപ്തിയുമാണ് ഇവരെ ഈ രംഗത്തെ പ്രമുഖരാക്കിത്തീർത്തത്. കഫറ്റീരിയരംഗത്തെ ഒട്ടേറെ പ്രമുഖർ വേറെയുമുണ്ടെങ്കിലും അവർ വിഹരിക്കുന്ന മേഖലകളെപ്പറ്റി ആധികാരികമായൊരു സങ്കല്പം വച്ചുപുലർത്തുന്നവരിൽ മൂന്നു മികച്ച ഉദാഹരണമാണ് മേൽപ്പറഞ്ഞവർ.

മൂവരും ഏറെക്കുറെ ഒരേ കാലയളവിൽ യു.എ.ഇ.യിലേക്കു വന്നവരാണ്. ഇവരുടെ ആദ്യയാത്രയാവട്ടെ കപ്പലിലായിരുന്നു.

ദുമ്ര എന്ന കപ്പലിലേറി മുംബെയിൽനിന്ന് ഒട്ടേറെ ക്ലേശങ്ങൾ സഹിച്ചു നടത്തിയ എട്ടുദിവസത്തെ യാത്ര പാലൊളതിൽ അഹമ്മദ് ഹാജി ഇന്നലെയെന്നപോലെ ഓർക്കുന്നു. ലെബനീസ് കഫറ്റീരിയയെ അനുകരിച്ചാണ് നാദാപുരം കഫറ്റീരിയകൾ ഉണ്ടാകുന്നതെന്ന് അദ്ദേഹം പറയുന്നു. ഇന്നത്തെ കഫറ്റീരിയയുടെ ആർഭാടങ്ങളൊന്നും അന്നില്ല. മിക്ക കഫറ്റീരിയയും പ്ലൈവുഡ് കൊണ്ടടിച്ചുണ്ടാക്കിയതാണ്. ശരിക്കു പറഞ്ഞാൽ, ലബനീസ് കഫറ്റീരിയകളുടെ ഇന്ത്യൻ പകർപ്പാണ് ഇന്നും നാദാപുരം കഫറ്റീരിയ.

പൊയ്ക്കര അഹമ്മദ്ഹാജിയും 1974-ലാണ് യു.എ.ഇ.യിലേക്കു വരുന്നത്. കപ്പൽ ദുബായിൽ വന്നടുക്കുമ്പോൾ മുഹമ്മദിക്കയുടെ മനസ്സു നിറയെ ആശങ്കളും സ്വപ്നങ്ങളും കടൽപോലെ അലറുന്നുണ്ടായിരുന്നു. ഭൂപരിഷ്കരണനിയമം വന്നപ്പോൾ കുടുംബത്തിനുണ്ടായ സാമ്പത്തിക ത്തകർച്ചയെ മറികടക്കാനുള്ള അന്വേഷണത്തിന്റെ വഴിയിലാണ് അദ്ദേഹം ഗൾഫിലെത്തുന്നത്. നാദാപുരത്തുകാർ ഗൾഫ് പ്രവാസത്തിനു മുന്നേതന്നെ അന്യനാടുകളിൽ പോയി കഫറ്റീരിയകൾ ആരംഭിച്ചിട്ടുണ്ട്. മദിരാശി, ബാംഗ്ളൂർ, മുംബൈ തുടങ്ങിയ മഹാനഗരങ്ങളിൽ മാത്രമല്ല, അവിഭക്ത പാക്കിസ്ഥാനിലും അവരുടെ കഫറ്റീരിയകൾ ഉണ്ടായിരുന്നുവെന്നത് ഒരു ചരിത്രം. ഈ പാരമ്പര്യം ഗൾഫിൽ പെട്ടെന്നു വിജയിക്കാൻ സഹായിച്ചുവെന്ന് അദ്ദേഹം അഭിപ്രായപ്പെടുന്നു.

1975-ലാണ് അസീസ് കരയത്ത് ഒരു യാത്രക്കപ്പലിൽ ദുബായിൽ വന്നത്. ചരിത്രബോധവും ആത്മവിശ്വാസവും കൈമുതലായുണ്ടായിരുന്നു. വ്യക്തിപരമായ കഴിവുംകൂടിയായപ്പോൾ അദ്ദേഹത്തിന്റെ ദീർഘദൃഷ്ടിത്വത്തിനും സങ്കല്പത്തിനും വിജയകഥ രചിക്കാനായി. പുതിയ കാലത്തെ വായിക്കാനും മനസ്സിലാക്കാനും അദ്ദേഹത്തിനു കഴിഞ്ഞു. യു.എ.ഇ.യിൽ മാത്രം നാലായിരത്തി നാനൂറു കഫറ്റീരിയകളുണ്ടെന്ന് അദ്ദേഹം നടത്തിയ ഒരു വ്യക്തിഗതപഠനത്തിൽനിന്നു മനസ്സിലാക്കാൻ കഴിഞ്ഞിട്ടുണ്ട്. നാദാപുരം കഫറ്റീരിയ ഭാഷയ്ക്കു പുതിയ പദങ്ങൾ പോലും സംഭാവന ചെയ്തതായി അദ്ദേഹം നിരീക്ഷിക്കുന്നു. സംഭവം സത്യമാണ്. ഷെയ്ഖ് ഷാർജ എന്ന പദം തൊട്ട് മോഹൻലാൽ ജൂസ് എന്ന വാക്കുവരെ പിറന്നുകഴിഞ്ഞു. നമ്മുടെ ഭാഷയിൽ അസീസ് കരയത്തിനെപ്പോലുള്ള പ്രതിഭകൾ ഈ രംഗത്ത് വേറേയുമുണ്ട്.

പക്ഷേ, അവരുടെ ചരിത്രവും വിജയഗാഥയും ഏറെക്കുറെ ഒരു പോലെ, സമാനമായ ജീവിതസാഹചര്യങ്ങൾ അവരെ പരസ്പരം സാഹോദര്യബന്ധമുള്ളവരാക്കിത്തീർത്തു.

നാദാപുരം കഫറ്റീരിയ കേരളത്തിലേക്കൊഴുക്കിയ പണത്തിനു യാതൊരു കണക്കുമില്ല. പക്ഷേ, ഒന്നറിയാം. അവർ നാട്ടിലെ മക്കളുടെ വിദ്യാഭ്യാസത്തിനു വളരെ പ്രാധാന്യം നൽകി. പലരുടേയും പ്രധാന നിക്ഷേപം തന്നെ മക്കളുടെ വിദ്യാഭ്യാസമാണ്. ഔദ്യോഗികവിദ്യാഭ്യാസത്തിൽ തങ്ങളനുഭവിച്ചതു മക്കൾക്കു വരരുത് എന്ന് അവരിലെല്ലാവർക്കും വാശിയുണ്ട്. മക്കളെ ഈ വഴിക്കു കൊണ്ടുവരാതെ നോക്കി പലരും. മക്കളോ ഐ.ടി. രംഗത്തും മറ്റ് ഉന്നത വിദ്യാഭ്യാസരംഗത്തും ചെന്നെത്തിയിരിക്കുന്നു. പലരുടെയും മക്കൾ വിദേശരാജ്യങ്ങളിൽ പഠിക്കുന്നു.

തിരിഞ്ഞുനോക്കുമ്പോൾ നേട്ടത്തിന്റെയും സംതൃപ്തിയുടെയും കഥകളാണ് ഏറെയും. ഒന്നുമില്ലായ്മയിൽനിന്നു നാദാപുരത്തുകാർ എല്ലാം നേടി. സഹജീവിസ്നേഹത്തിന്റെയും സാഹോദര്യമനോഭാവത്തിന്റെയും വിശ്വാസദാർഢ്യത്തിന്റെയും തറക്കെട്ടിൽ പണിത ഈ സ്ഥാപനങ്ങൾ നല്ലതുമാത്രം നൽകിയതിനു ദൈവത്തെ നന്ദിയോടെ സ്മരിക്കുന്നു.

ഐ.ടി. വിദഗ്ദ്ധരായും വിദേശബിരുദങ്ങൾ നേടിയവരായും ഡോക്ടറായും എൻജിനീയറായും നാട്ടിലെ വ്യവസായപ്രമുഖരായും മക്കൾ മാറുന്നതു കാണുമ്പോഴും കെട്ടുകഥപോലെ തോന്നുമോ എന്ന ആശങ്ക ചിലരെങ്കിലും പങ്കുവെക്കുന്നു.

മാറുന്ന കാലത്ത് നന്മ ഒരു പുരാവൃത്തമായിത്തീരുമോ എന്ന ആശങ്ക നാദാപുരത്തുകാരന്റെ മാത്രം സ്വന്തമല്ലല്ലോ.

ഒരു മങ്ങിയ ബ്ലാക്ക് ആൻഡ് വൈറ്റ് പടത്തിൽ തെളിയുന്ന 'കഞ്ഞി മൗലാന'യും കാദറോട്ടലും മുനീർ ഹോട്ടലും കാലത്തിന്റെ മങ്ങിയ ചരിത്രമായിക്കൊണ്ടിരിക്കുന്നു.

നാദാപുരം എത്ര മാറിയിട്ടും മാറാതെ നിൽക്കുവാൻ ശ്രമിക്കുന്നുണ്ട്. നമ്മൾ യോജിച്ചാലും ഇല്ലെങ്കിലും അതിന്റെ ആദർശവിശ്വാസങ്ങളിൽ. ഭാഷയിൽ മാത്രമല്ല, ജീവിതസമീപനത്തിലും സാമൂഹികബോധത്തിലും ഒരു വ്യതിരിക്തതയുണ്ട്.

പുറത്തുനിൽക്കുന്നവർക്കു കാണാനാവാത്ത ഒരദ്ഭുതം പറയാം: കേരളത്തിലെ ഓണംകേറാമൂലയിൽപ്പോലും കല്യാണമണ്ഡപങ്ങൾ ഉയർന്നുകഴിഞ്ഞു. നാദാപുരത്ത് ഇപ്പോഴും കല്യാണമണ്ഡപമില്ല. നാദാപുരത്തുകാരനൊരാളിന്റെ കല്യാണം എല്ലാവരുടെയും കല്യാണമാണ്. അത് ഒരു കൂട്ടായ്മയാണ്. ഈ കൂട്ടായ്മ കിഴിച്ചാൽ നാദാപുരത്തിന്റെ 'ഐഡന്റിറ്റി' അസ്തമിക്കും. പക്ഷേ, സ്നേഹത്തിന്റെ

ആത്യന്തികവിജയത്തിൽ നാദാപുരത്തുകാർ അടിയുറച്ചു വിശ്വസിക്കുന്നുണ്ട്. ഈ പ്രദേശത്താണോ ഇക്കണ്ട കലാപങ്ങളൊക്കെ നടന്നതെന്നു നമ്മൾ വിസ്മയിക്കും.

ദുബായിൽ നാദാപുരത്തുകാരന്റെ കഫറ്റീരിയയിൽനിന്ന് നിങ്ങളൊരു ചായ കുടിക്കുമ്പോൾ ഒരു ചായയല്ല നിങ്ങൾ കുടിക്കുന്നത്. ഒരു സംസ്കാരത്തിൽ പങ്കാളിയാവുകയാണു ചെയ്യുന്നത്.

നാദാപുരം കഫറ്റീരിയയും നാദാപുരം പ്രവിശ്യയും നന്മയുടെ ഉത്തുംഗഭൂമികയാണെന്നല്ല പറഞ്ഞുവരുന്നത്. രേഖപ്പെടുത്താതെപോയ ഒരു സാമ്പത്തിക-സാംസ്കാരിക ചരിത്രമാണത്. സമ്പത്തു മാത്രമല്ല, ദാരിദ്ര്യവും പങ്കുവെക്കാവുന്ന ഒന്നാണെന്ന് അതു തെളിയിച്ചു. പിന്നീട് ആ നാടിനും സംസ്കാരത്തിനും വന്നുഭവിച്ചുകൊണ്ടിരിക്കുന്നതൊക്കെ എഴുതപ്പെടേണ്ട മറ്റൊരധ്യായമാണ്. ദാരിദ്യം ഒരു ജനതയെ ഗോത്ര പ്രകൃതരാക്കി മാറ്റുമെന്ന് നാദാപുരം കഫറ്റീരിയകൾ തെളിയിക്കുന്നു. സ്വയം സമ്പൂർണമാണ് തങ്ങളുടെ മൂല്യമെന്നും പുറമേനിന്നുള്ളവയൊക്കെ നിരാകരിക്കപ്പെടേണ്ടതാണ് എന്നും അതികഠിനമായി വിശ്വസിക്കുന്നതു ഗോത്രലക്ഷണംതന്നെ. സാമ്പത്തികജാതി എന്ന പുതിയ തിന്മ അതിനെ വലയം ചെയ്തുനിൽപ്പുണ്ട്. നാദാപുരത്ത് സംഭവിച്ചതു ദാരിദ്ര്യവും സമ്പത്തും മതപരമായിമാത്രം പങ്കിട്ടെടുത്തു എന്നതാണ്. മതാതീതമായി ഇവ രണ്ടും പങ്കെട്ടെടുത്തിരുന്നെങ്കിൽ വലിയൊരു മാതൃകാപ്രദേശമായി അതു മാറിപ്പോയേനെ. അത്രയേറെ നന്മയുടെ ശക്തി സത്യത്തിൽ അതിനകത്തുണ്ടായിരുന്നു.

നമ്മുടെ നാട്ടിൽനിന്ന് ജാതിയും ജന്മിത്തവും തിരോധാനം ചെയ്തു എന്ന് ഇതെഴുതുന്ന ആൾ വിശ്വസിക്കുന്നില്ല. ഉള്ളവനും (സമ്പത്ത്/അധികാരം) ഇല്ലാത്തവനും എന്ന അടരിലാണ് ഇന്ന് ജാതി താമസിക്കുന്നത്. അധികാരകേന്ദ്രങ്ങളിലേക്കു ജന്മിത്തം മാറിയിരിക്കുന്നു. ചില രാഷ്ട്രീയ സാംസ്കാരിക സാഹിത്യനേതാക്കളെ ഒരിക്കലെങ്കിലും കണ്ടുപോകുന്ന സാധാരണക്കാർക്കതറിയാം. മൂത്തു നരച്ച ഒരു സാഹിത്യപ്രശസ്തനെ കണ്ടു സംസാരിക്കാനിട വന്നു. തിരിച്ചുവരുമ്പോൾ എനിക്കു പലപ്പോഴും സംശയം തോന്നാറുണ്ട്, ഞാനിപ്പോൾ കണ്ടുമടങ്ങിയത് സാഹിത്യകാരനെയാണോ ഒരു ഫ്യൂഡലിനെയാണോ എന്ന്. ഹൃദയവിമലീകരണത്തിന്റെ ആ നാട്ടുപാത അവരെയാണോ അവർ നാട്ടുപാതയെയാണോ ഉപേക്ഷിച്ചുകളഞ്ഞത്?

അധികാരം, പ്രശസ്തി, പണം ഇവയിൽനിന്നാണ് എളുപ്പം തിന്മ ജനിക്കുന്നത്. ജാതിമതഭേദമെന്യേ നാമനുഭവിച്ച ദാരിദ്ര്യത്തിൽ നന്മയുടെ ധാരാളം ഏകസ്വപ്നങ്ങളുണ്ട്. നാദാപുരം എന്ന സമൂഹത്തെ കേന്ദ്രീകരിച്ചു സർഗാത്മകപഠനങ്ങൾ വേണം. മൂല്യബോധത്തെ മൂലധനമാക്കിയ ഒരു ജനതയെ ഒറ്റ സ്വത്വത്തിൽ ദുബായിൽവെച്ച് വേറിട്ടു കാണാനിടയായതിന്റെ പ്രതിഫലനമാണ് കുറിപ്പ്. ■

ജാതിവ്യവസ്ഥയും ഗൾഫ് ജീവിതവും

ഭൂതകാലത്തിനു വേട്ടപ്പട്ടിയോടല്ലാതെ മറ്റെന്തുമായാണ് സാദൃശ്യം?

തീർച്ചയായും ചരിത്രവും സംസ്കാരവും തന്നെയാണ് അതിന്റെ യജമാനൻ.

ഒരാളുടെ ഭക്ഷണത്തിൽ, പാർപ്പിടത്തിൽ, വസ്ത്രത്തിൽ, ഇണ ചേരലിൽ, ഭാഷയിൽ ചരിത്രം അതിന്റെ തേർവാഴ്ച നടത്തുമ്പോൾ വർത്തമാനകാലം പലപ്പോഴും അതിനോടു സന്ധിയില്ലാത്ത സമരം നടത്തുകയും മനുഷ്യജീവിതത്തെ ആയാസരഹിതമാക്കി മാറ്റാനുള്ള വഴികൾ ആരായുകയും ചെയ്യുന്നു. ശാസ്ത്ര ശാഖയിലൊഴികെ മറ്റെന്തിലെങ്കിലും നമ്മുടെ നാട്ടിൽ അടിസ്ഥാനപരമായ മാറ്റങ്ങൾ സംഭവിക്കുന്നുണ്ടോ? ആഴം നിശ്ചലമായിരിക്കുകയും ഉപരിതലം ഒഴുകിപ്പരക്കുകയും ചെയ്യുന്നു എന്നതല്ലാതെ! ഇങ്ങനെയൊരു ദ്വന്ദ്വാത്മക വ്യക്തിത്വം, ഒരേ സമയം ഒഴുകുന്ന ശാസ്ത്രവും ഇളക്കമില്ലാത്ത മിത്തുമായി നിൽക്കുന്ന ഒന്ന് മറ്റേതെങ്കിലും സംസ്കാരത്തിൽ, ജനതയിൽ ഉണ്ടോ? ഇതെഴുന്നയാളിന്റെ മൂന്നു വർഷത്തിലേറെയായുള്ള മധ്യേഷൻ ജീവിതം, ഒരു ജനത എന്ന നിലയിൽ നാം കുടുങ്ങിക്കിടക്കുന്ന കുരുക്കുകൾ, അഴിക്കുവാൻ സാധ്യമല്ലാത്ത വിധമുള്ള ഒന്നാണ് എന്ന് എന്നെ നിരന്തരം ഓർമ്മിപ്പിക്കുന്നു.

നേരമ്പോക്ക് സൈദ്ധാന്തികതകളിലും അപക്വകൗമാരാവേശാക്കളെ ഓർമ്മിപ്പിക്കുന്ന 'ബുക്കിഷ് നോളജി'നുമപ്പുറം താൻ ജീവിക്കുന്ന ദേശത്തെ, കാലത്തെ ഒന്ന് ആഴത്തിൽ നോക്കാനോ അടയാളപ്പെടുത്താനോ ഉള്ള ഒരു സൗകര്യവും നിർഭാഗ്യവശാൽ നാം ഒരുക്കുന്നില്ല. മാറി നിന്നുള്ള കാഴ്ചകളിൽ മറ്റൊരു പ്രൊപ്പോഷനിൽ തെളിയുന്ന ഇന്ത്യയുടെ, കേരളത്തിന്റെ ചിത്രം ഇതാണ്. ഒരു ഭൂതകാല വ്യാളി ഹരിത ഭംഗിയും വൈവിധ്യ പ്രദേശങ്ങളുമുള്ള ഒരു നാടിനെ ജീവിക്കാൻ കൊള്ളാത്തതാക്കിക്കൊണ്ടിരിക്കുന്നു. തീർച്ചയായും അത് ഒരു വ്യാളി തന്നെയാണ്. മൗലിക ചിന്തയെ, മറി നടന്നുള്ള യാത്രയെ, ഹൃദയം തുറന്നുള്ള

സംവാദത്തെ അത് ഒരിക്കലും വെച്ചു പൊറുപ്പിക്കില്ല. കേരളം കണ്ട ഏറ്റവും വലിയ എഴുത്തുകാരിയെപ്പോലും ആ വ്യാളി ഓടിച്ചു വിട്ടു.

വേദനയോടെ എനിക്കു മനസ്സിലാവുന്നു. മരണാനന്തരമല്ലാതെ ഇനിയവർക്ക് കേരളത്തിലേക്കു മടങ്ങി വരാനാവില്ല. മരണാനന്തരം നാം അവരെ ആഘോഷിക്കും. അവരോടു മലയാള ഭാവുകത്വം ചെയ്ത മഹാ പാതകങ്ങൾക്കു മാപ്പു പറയാനുള്ള അവസാന നിമിഷവും നമ്മൾ ധൂർത്തടിക്കുകയാണ്. സ്വന്തം ശരീരം കത്തിച്ച് അവർ മലയാളിക്കു നൽകിയ വെളിച്ചം അന്ധരും അർധാന്ധരുമായ നമ്മിലെത്ര പേർ അറിഞ്ഞു? (ആടെന്തറിഞ്ഞൂ അങ്ങാടി വാണിഭം?) 'ഈ ജീവിതം കൊണ്ട് ഇത്ര മാത്രം' എന്ന അവരുടെ ആത്മവിചാര പുസ്തകം വായിച്ച് മല യാളി അവരോടു ചെയ്തതോർത്ത് എന്റെ കണ്ണുകൾ നിറഞ്ഞ് അക്ഷരം കലങ്ങി മുഴുമിപ്പിക്കാനാവാതെ നിൽക്കുന്നു. പലപ്പോഴും.

ഈ കുറിപ്പിന്റെ വിഷയം മാധവിക്കുട്ടിയല്ല, (ഞാനവരെ മാധവി ക്കുട്ടിയെന്നേ വിളിക്കൂ. അവർ സാരി ധരിച്ചാലെന്ത്, പർദ്ദയിട്ടാലെന്ത്?) അവരുൾപ്പെടെയുള്ള മനുഷ്യരെ ഓടിച്ച വ്യാളിയാണ്. ഒരിക്കൽ അവരെ ക്കാണാൻ കൊച്ചിയിൽ പോയപ്പോൾ സാന്ദർഭികമായി അവർ പറഞ്ഞു. "നമ്മുടെ സുകുമാർ അഴീക്കോടിന്റെ പ്രണയലേഖനകൾ ഇപ്പോൾ ഒരു മാസികയിൽ (അധിക്ഷേപാർത്ഥം) അച്ചടിച്ചു വരുന്നുണ്ടല്ലോ, ദുഃഖം തോന്നുന്നു. വിദേശത്തൊക്കെ ആയിരുന്നെങ്കിൽ അത് ആഘോഷിച്ചേനേ. അത്ര മനോഹരമാണു പല വരികളും!" കേരളത്തിൽത്തന്നെ ജീവിക്കാ നുള്ള അവരുടെ അവസാനത്തെ കൊതി തന്നെയായിരുന്നു ആ വാക്കു കളിൽ. സ്നേഹത്തിനു വേണ്ടി ചെന്നുപെട്ട ഇടങ്ങളിലൊക്കെ അവർ വഞ്ചിക്കപ്പെട്ടു. സ്നേഹം, സ്നേഹം എന്ന് അവർ വിലപിച്ചപ്പോഴൊക്കെ നാം പരിഹസിച്ചു ചിരിച്ചു: ഈയമ്മൂന് പ്രാന്താ... ഒരു കുഞ്ഞിന്റെ നേർക്കു നേരേയുള്ള കാഴ്ചയുമായി അവർ മുന്നിൽ നിന്നു വന്നപ്പോൾ നാം ഒരു കോമാളിക്കണ്ണാടിയായി മാറി അവരെ പ്രതിബിംബിപ്പിച്ചു. ഒടുവിൽ ആത്മാവിന്റെ വലിയ പൊട്ടിക്കരച്ചിലായി അവർ ഏതോ പ്രദേശത്തേക്കു നാടുവിട്ടു പോയി..

കേരളം ഇങ്ങനെ നാടുവിട്ടു പോകുന്നവരുടെ സ്ഥലമാണോ? ആണെന്നു തന്നെയാണ് കണക്കുകൾ സൂചിപ്പിക്കുന്നത്. മൂന്നിലൊ ന്നോളം മലയാളി പുറംനാടുകളിലാണ് (കേരളത്തിൽ തന്നെ ജീവിക്കുന്ന വിദേശ മലയാളികളും ഈ കണക്കിൽ ഉൾപ്പെടുന്നു) നമ്മുടെ സാക്ഷ രത, തീരദേശ മനുഷ്യരിലെ ജനിതകവേരുകളിലുണ്ടാവുന്ന പലായന ക്ഷമത എന്നിവയുടെയൊക്കെ സഹായത്തോടെ നാം നാടുവിട്ടോടി ക്കൊണ്ടിരിക്കുന്നു ഒരു പിടി ഭക്ഷണത്തിന്, ചെറിയൊരു പാർപ്പിടത്തിന്, സാമാന്യം നല്ല വസ്ത്രത്തിന് എന്നുമാത്രം നിങ്ങൾ തെറ്റിദ്ധരിച്ചെങ്കിൽ തെറ്റി, കേരളം എന്ന ഫാന്റസി പാർക്കിലെ ടിറക്സ് ദിനോസറിനെ പേടിച്ചാണ്.

ഇങ്ങനെ കൂട്ടം തെറ്റിയോടുന്ന മനുഷ്യരുടെ വലിയൊരു ഒഴുക്ക് തീർച്ചയായും മധ്യേഷ്യയിലേക്കു തന്നെ. മാനസികാടിമത്തത്തിൽ നിന്നും മുക്തമാവാത്തതുകൊണ്ട് ശാരീരികമായ അടിമത്തത്തിലേക്കുള്ള ഒരു ജനതയുടെ പലായനത്തിന്റെ കഥ കൂടിയാണത്. ഗൾഫിലെ ലേബർ ക്യാമ്പിലെ ജീവിതം പത്തൊമ്പതാം നൂറ്റാണ്ടിലെ അമേരിക്കൻ അടിമ സമ്പ്രദായത്തേക്കാൾ താഴെയാണ്. നമ്മുടെ നാട്ടിലെ ട്രെയിൻ ബെർത്തിനെ ഓർമ്മിപ്പിക്കുംവിധം അട്ടിയിട്ട കട്ടിലുകൾ. ഏറ്റവും മുകളിലത്തെ കട്ടിൽ എനിക്കു വേണമെന്ന് ഒരു നായർ തൊഴിലാളിക്കും വാശി പിടിക്കാനാവില്ല. ഈഴവനും ക്രിസ്ത്യാനിയും ദലിതനും നമ്പൂതിരിയും ജാതിയുടെ യാതൊരു അലോസര ചിന്തകളുമില്ലാതെ അടിമകളുടെ ക്യാമ്പിൽ സസുഖം കൂർക്കം വലിച്ചുറങ്ങുന്നു. (പകലൊക്കെ തീക്കുന പോലുള്ള മണലിൽ, കാണാത്ത തീജ്വാലകൾ ആഞ്ഞുവീശുന്ന കാറ്റിൽ, ഉറഞ്ഞ മഞ്ഞിൽ കല്ലിച്ചുപോയ കൈകാലുകളുമായി) പുലർച്ചെ കക്കൂസിനു മുന്നിലുള്ള നീണ്ട ക്യൂ. ചോറിനും പരിപ്പിനും വേണ്ടിയുള്ള ക്യൂ. മാസത്തിൽ അഞ്ഞൂറും അറുനൂറും ദിർഹം/റിയാലിനു വേണ്ടി.

ദുബായിൽ നാലിൽ മൂന്നു മനുഷ്യരെങ്കിലും ആയിരത്തി അഞ്ഞൂറു ദിർഹത്തിനു (പതിനേഴായിരം രൂപ) താഴെ ശമ്പളത്തിൽ ജീവിക്കുന്നവരാണ്. അവരുടെ ഒരു മാസത്തെ ജീവിതച്ചെലവിന്റെ ഏകദേശ കണക്കുകൾ ഇങ്ങനെ: ബെഡ് സ്പേയ്സ്. അതായത് ഒരു മുറിയിൽ പത്തും പന്ത്രണ്ടും പേരെ കുത്തിനിറച്ച, ഒരൊറ്റ കക്കൂസ് കുളിമുറി മാത്രമുള്ള ബെഡ് റൂമിലെ ഒരു കട്ടിലിനു ദിർഹം അറുനൂറ്. നാട്ടിലേക്കു വിളിക്കാൻ ഫോൺ ചാർജ് നൂറ്റിയമ്പത്. ഭക്ഷണം, സോപ്പ്, എണ്ണ, യാത്രക്കൂലി, നാട്ടിലേക്ക് അയയ്ക്കാനുള്ള തുക 3500 ഇന്ത്യൻ രൂപ. ഇതിനിടയിൽ തീച്ചൂടിൽ മൂക്കിൽ നിന്നും ചോര പൊട്ടിയൊലിക്കും ചിലർക്ക്. അങ്ങനെ കിടന്നുപോയാൽ ഒരു ദിവസത്തെ ലീവിനു രണ്ടു ദിവസത്തെ ശമ്പളം വെട്ടിക്കുറയ്ക്കുന്ന കമ്പനികൾ സുലഭം! ഇത്തരം കമ്പനികൾ നടത്തുന്നവരിൽ മലയാളി വ്യവസായികളുമുണ്ട്. പത്തു പതിനഞ്ചു വർഷമാകുമ്പോഴേക്കും അവൻ മനഃസംഘർഷങ്ങൾ അടക്കിപ്പിടിച്ചതിനുള്ള വലിയ പിഴയായി, ശരീരത്തെ മഹാരോഗങ്ങൾക്കു സമർപ്പിക്കുന്നു. എല്ലാം കൂട്ടിക്കിഴിച്ചാൽ പിന്നെ ബാക്കിയാവുന്നത് എന്താണ്?

നാട്ടിൽ നിന്നു വരുന്ന രാഷ്ട്രീയ നേതാക്കൾ, സാഹിത്യകാരന്മാർ, കലാകാരന്മാർ ഇവരെല്ലാം നഗരത്തിലെ അപൂർവ്വ ഭാഗ്യവാന്മാരായ മലയാളിയുടെ/ഇന്ത്യാക്കാരന്റെ ആതിഥേയത്വത്തിൽ ഒന്നു വിശ്രമിച്ച് മടങ്ങിപ്പോകുന്നു. ദുബായ് എന്നാൽ നിശാക്ലബ്ബുകളാണെന്ന് അവർ വിചാരിച്ചുപോയാൽ തെറ്റില്ല. അതോ, മരുഭൂമിയിൽ, ഒന്ന് ഉറക്കെച്ചുമയ്ക്കാൻ കൂടി സ്വാതന്ത്ര്യമില്ലാത്ത ലേബർ ക്യാമ്പിലെ കട്ടിലിൽ ഒരു ചുമ അടക്കിപ്പിടിച്ചു

നിൽക്കുന്നു. അതെങ്ങാനും പിടിത്തം വിട്ടാൽ പിന്നെ തകരുന്ന തെന്താവും? നമ്മുടെ പുണ്യപുരാതന സർവവ്യാപിയായ ആ ടിറക്സ് ദിനോസറിന്റെ ജീവിതം തന്നെ. അതുകൊണ്ട് നമുക്കു ചുമ്മ അടക്കി വെക്കാം.

രണ്ട്

പൈലറ്റേമാനെക്കേറി വലിയ ഡ്രൈവർ എന്നു വിളിച്ചു രാജ്യസഭാ മെമ്പർ അബ്ദുൽ വഹാബ്. വിളിച്ചതു വഹാബാണെങ്കിലും ഇതെഴുതുന്ന ആൾക്കതു പെരുത്തു പിടിച്ചു. തീർച്ചയായും ആ ചവിട്ടു കൊണ്ടത് ഒരു ദിനോസർ കുഞ്ഞിന്റെ അടിവയറ്റിൽ തന്നെ. പൈലറ്റുമാരുടെ അസോസിയേഷൻ മുഴുവൻ ഇളകിയിരമ്പി. ഡ്രൈവർ എന്നത് അപമാനവുമാകുന്നതെങ്ങനെ? ഈ സംഭവത്തിൽ നമ്മുടെ ഡ്രൈവർമാർ ഗുരുതരമായൊരു ഉദാസീനത കാണിച്ചു. അവർ എന്തുകൊണ്ടു പൈലറ്റുമാർക്കെതിരെ കേസു കൊടുത്തില്ല, ഡ്രൈവർ എന്നത് ഒരു അപമാന പദമായി അവതരിപ്പിച്ചതിന്റെ പേരിൽ? ദിനോസറിനോടുള്ള നമ്മുടെ ഭയം അതിനനുവദിക്കില്ല.

പടിഞ്ഞാറൻ സംസ്കാരത്തെ ഒരു ദിവസം നാലു തവണയെങ്കിലും പൊക്കിളിനു പിടിച്ച് ചുമരിൽ ചേർത്ത് അഞ്ച് ഇടിയെങ്കിലും ഇടിച്ചില്ലെങ്കിൽ ഉറക്കം വരാത്ത നമ്മൾ ഒരു കാര്യം ഓർക്കുന്നതു നന്ന്. അവിടെ തൊഴിൽ അഭിമാനചിഹ്നമാണ്. അവിടെ കവിയുടെ പേര് വില്യം ഗോൾഡ്സ്മിത്ത്. ഏറ്റവും ജനപ്രിയത നേടിയ കഥാപാത്രത്തിന്റെ പേര് ഹാരി പോട്ടർ. പ്രസിഡന്റിന്റെ പേര് ജിമ്മി കാർട്ടർ. ഫിലിം മേക്കർ ജോൺ കാർപെന്റർ. കമ്പോസർ റിച്ചാർഡ് വാഗ്നർ (വാഗ്നർ ഡ്രൈവർ തന്നെ) പേരുകൾ പിന്നെയും നീളുന്നു.

തൊഴിൽ വിഭജനവുമായി ബന്ധപ്പെട്ടു രൂപം കൊണ്ട നമ്മുടെ ജാതി സമ്പ്രദായം തൊഴിലിന്റെ അന്തസ്സിനെ ശിരച്ഛേദം ചെയ്യുക മാത്രമല്ല, കബന്ധത്തെ ഉപ്പിലിട്ട് പവിത്രവസ്തുവാക്കി കെട്ടിപ്പിടിച്ചുറങ്ങുകയും കൂടെക്കൊണ്ടു നടക്കുകയും ചെയ്യുന്നു. മതം മാറിയാലും ജാതി എന്ന ദിനോസറിൽ നിന്നു രക്ഷയില്ല. മുസ്‌ലീങ്ങളിൽ ഒസാൻ (ബാർബർമാർ) എത്ര കാശുകാരനായാലും പെണ്ണുകിട്ടാൻ ഇന്നും പാടുതന്നെ. ബാർബർ ഷോപ്പുകൾ ബ്യൂട്ടി കെയർ സെന്ററുകളാക്കുന്നത് ജാതിയിൽ നിന്നുള്ള കുതറിമാറ്റം തന്നെ. തൊട്ടുകൂടായ്മ, തീണ്ടിക്കൂടായ്മ എന്നിവയ്ക്കെതിരേ ഇന്ത്യൻ റെയിൽവേ നടത്തിയ നിശ്ശബ്ദവിപ്ലവം ഇതോടൊപ്പം ചേർത്തു വായിക്കാവുന്നതാണ്. എല്ലാവരേയും അത് ഒന്നിച്ചിരുത്തി.

ക്രിസ്ത്യാനികളിൽ ഇതു വളരെ പ്രകടമായി കാണാം. ജാതി എന്ന പ്രമേഹപ്പുണ്ണിനെ പുറമേ പുരട്ടിയ ശക്തിയേറിയ ലേപനം കൊണ്ട് ഒന്നു

കരിച്ചു കളഞ്ഞു അത്ര തന്നെ. അത് സമൂഹശരീരത്തിന്റെ പലയിട ങ്ങളിലും പൊട്ടിയൊലിച്ചുകൊണ്ടിരിക്കുന്നു. നിയമനിർമ്മാണം കൊണ്ട് അതിനെ ചെറുക്കുന്ന രസികൻ തമാശയിൽ നമ്മൾ ഏർപ്പെട്ടുകൊണ്ടി രിക്കുന്നു. സൂക്ഷിച്ചു നോക്കിയാൽ നാം ജാതിയെ ഭംഗിയായി പുനഃ പ്രതിഷ്ഠിച്ചിരിക്കുന്ന ഒരു സ്ഥലം സർക്കാരാപ്പീസാണ്. (സെക്ഷൻ ആപ്പീസർ, സൂപ്രണ്ട്, ക്ലർക്ക്, പ്യൂൺ.) അവിടെ വല്ല കാര്യത്തിനും വന്നുപ്പെടുന്ന സിവിലിയൻ ഏറ്റവും ഹീനജാതിക്കാരൻ. സർക്കാരാ പ്പീസുകൾ, ജാതി എന്ന വലിയ മനുഷ്യരാക്ഷസനുണ്ടാക്കിയ, നൂറായിരം അറകളുള്ള ദുരൂഹ നിഗൂഢ സ്ഥാപനത്തിൽ ടൈപ്പ്റൈറ്ററിൽ ആളുകളി ങ്ങനെ കൊട്ടിക്കൊണ്ടിരുന്ന, കണ്ണിന്റെ സ്ഥാനത്ത് വെറും കുഴി മാത്ര മുള്ള മനുഷ്യസമുച്ചയമല്ലാതെ വേറെ എന്താണ്? സ്ഥാനങ്ങളുടെ വലിപ്പ ച്ചെറുപ്പത്തിന്റെ പേരിൽ അപരനെ പുച്ഛിക്കുകയും അവനുമേൽ അപകർഷബോധം കോരിയിടുകയും ചെയ്യുന്ന അധീശവാസനയുടെ പേരാണ് ജാതി. ഇന്നലെ വരെ വിനയം കൊണ്ടു തേരാപാരാ നടന്ന ഒരുത്തനെ പിടിച്ച് അധികാരമുള്ള ഒരു കസേരയിൽ ഇരുത്തിനോക്കുക. പിറ്റേന്നു മുതൽ അവന്റെ സ്വഭാവം മാറും. സമഭാവന എന്നതു നമ്മുടെ ചിന്താപദ്ധതിയിൽ എന്നെങ്കിലും വന്നിട്ടുണ്ടോ? നമ്മളീപ്പറയുന്ന രാക്ഷസ അമേരിക്കയിലെ പ്രസിഡന്റിനെ മിസ്റ്റർ പ്രസിഡന്റ് എന്നാണ ഭിസംബോധന.

അധീശവാസന മനുഷ്യസഹജമാണെങ്കിലും അതിനെ മതപരമായ ആത്മവാസനയുമായി ബന്ധിച്ചു എന്നതാണ് ജാതി ഇന്ത്യയോടു ചെയ്ത ഏറ്റവും വലിയ ദ്രോഹം. റൗക്കയിടാനും മീശ വെക്കാനും വഴിയിലൂടെ നടക്കാനും നമ്മൾ അനുവദിച്ചുവെങ്കിലും പരോക്ഷമായി ഇതെല്ലാം നമ്മളി ലുണ്ട്. (മഹത്തായ സത്യഗ്രഹങ്ങൾ, അഹിംസാമുറകൾ, ഗാന്ധിജി) സത്യത്തിൽ ഗാന്ധിജിയെ നിലനിർത്തിയത് ബ്രിട്ടീഷ് സംസ്കാരമല്ലേ? അതിന്റെ കുലീനതയല്ലേ? വെറുതെ നാമൊന്നു സങ്കല്പിച്ചു നോക്കുക. രാജ്യം ഭരിക്കുന്നത് നരേന്ദ്രമോഡി. നിരാഹാര സത്യഗ്രഹം നടത്തു ന്നത് സാക്ഷാൽ ഗാന്ധിജി. വെള്ളമിറക്കാതെ ചത്തു പോകും ഗാന്ധിജി. മറ്റെന്തെങ്കിലും സംഭവിക്കുമോ?

സമഭാവനയുടെ കാര്യത്തിൽ നാം എത്ര മുന്നോട്ടുപോയിട്ടുണ്ട്? സർക്കാരാപ്പീസിലായാലും റെയിൽവേ സ്റ്റേഷൻ കൗണ്ടറിലായാലും കോടതിയിലായാലും ഒരാൾക്കു മുകളിൽ കയറിയിരിക്കാനുള്ള നമ്മുടെ ചരിത്ര (ചരിത്രത്തിലും ഡി.എൻ.എയുണ്ട്) പ്രവണത അപാരമാണ് (നമ്മൾ ഉപയോഗിക്കുന്ന വാക്ക് നോക്കുക : മേലുദ്യോഗസ്ഥൻ, മേലാ പ്പീസർ?) ഗൾഫിൽ രണ്ടുവർഷത്തെ അടിമജീവിതവും അന്വേഷിക്കുന്നതു രണ്ടുമാസത്തെ അവധിക്കാലത്തു നടത്തുന്ന പത്രാസ് യാത്രയിലെ സവർണതയുടെ ആനന്ദാനുഭൂതി മാത്രമാണ്. ഗൾഫുകാർ നാട്ടിൽ വരുന്ന തിന്റെ സ്റ്റീരിയോ കാർട്ടൂൺ ടൈപ്പുകളെ ഓർക്കുക, തന്നെ ചവിട്ടിതേച്ച

ജനതയോടുള്ള രണ്ടുമാസത്തെ (സെൽഫ് സെന്റേർഡ്) എം.ടിയൻ കഥാ പാത്രത്തെപ്പോലെ പ്രതികാരത്തിന്റെ പ്രകടനാത്മകമായ നിശ്ചലദൃശ്യം കൂടിയാണത്. രണ്ടു വർഷത്തെ അടിമജീവിതത്തിനു പകരം വെക്കുന്ന രണ്ടുമാസത്തെ പ്രതികാര ജീവിതം. മലയാളി സൈക്കി എട്ടുകാലി വല യിൽ കുടുങ്ങിയ ഷഡ്പദമല്ലാതെ മറ്റെന്താണ്? കേരളത്തിലെ വിദഗ്ധ തൊഴിലാളിയായ തമിഴനുപോലും കിട്ടുന്നു. പ്രതിദിനം 200/250 രൂപ. മാസത്തിൽ ശരാശരി ഇരുപതുദിവസത്തെ ജോലിക്കു 400 രൂപ ഇപ്പോഴും മലയാളികളെ കാത്തിരിക്കുന്നുണ്ട്. ഗൾഫിലെ ക്ലീനിങ് കമ്പനികൾ പോലുള്ളയിടങ്ങളിലെ ചെറുകിട ജോലികൾ മലയാളി ചെയ്യുന്നത് തമിഴനു കേരളത്തിൽ കിട്ടുന്നതിന്റെ പകുതി കൂലിക്കാണ്. സാമ്പത്തിക രംഗത്തുണ്ടായ ഡോളർ മാന്ദ്യം അവന്റെ തലച്ചോർ എന്ന രീതിയിൽ പെട്രോൾ ഒഴിച്ചുകൊണ്ടിരിക്കുന്നു. എന്നാലും വിട്ടുപോരുമോ? ഇല്ല. കാരണം നാട്ടിൽ ദിനോസറുണ്ട്, ടിറക്സ് ദിനോസർ! ഒരു ജനതയുടെ മികച്ച സംസ്കാരത്തിന്റെ ഒന്നാം അടരുതന്നെ ഏതുതരം തൊഴിലിനും സമൂഹം നൽകുന്ന ആദരവും അംഗീകാരവുമാണ്. തൊഴിൽരംഗത്തെ സമഭാവന എന്ന ആശയം കേരളം കണ്ട ഏറ്റവും മഹാനായ, ചിന്ത കനായ ശ്രീനാരായണ ഗുരുവിൽപ്പോലും എത്രമേൽ വിഷയമായിട്ടുണ്ട് എന്നത് അറിവുള്ളവരൊക്കെ ഒന്നാലോചിച്ചാൽ കൊള്ളാം. അതൊക്കെ എത്ര കണ്ട് ഗുരുവിനുശേഷം മുന്നോട്ടുപോയിട്ടുണ്ടെന്നും.

ഒരാൾക്കു മുകളിൽ മറ്റേ ആൾ കയറിനിൽക്കാതെ കേരളീയന്റെ അസ്തിത്വം സമാധാനപൂർവം ഉറങ്ങില്ലെന്നതു മഹാരോഗമായിട്ടില്ല, അതിനേക്കാൾ എത്രയോ ഇരട്ടി കിരാതമായ ഒന്നായിട്ടു വേണം വായി ച്ചെടുക്കുവാൻ. കേരളത്തിൽ ജാതി ഇപ്പോൾ ഏറെയും സഞ്ചരിക്കുന്നതു പ്രച്ഛന്നരൂപത്തിലാണ്. നായർ, ഈഴവ എന്നൊക്കെയുള്ള പരമ്പരാഗത ജാതിയല്ല ഞാൻ ഉദ്ദേശിക്കുന്നത്. ഭൂതകാല ജാതി എന്നു സംജ്ഞ പ്പെടുത്താവുന്ന ഒന്നിനേയാണ്. ഒരേ സമയം താഴ്ന്നിരിക്കാനും മേൽ ക്കയറിയിരിക്കാനും അതിനു മടിയില്ല എന്നതും ഒരു ആന്തരിക വൈരുദ്ധ്യമായി ചേർത്തുവായിക്കണം.

മതാന്ധനായ ഒരാൾ അപരനെ മതാനുഷ്ഠാനങ്ങൾക്കു നിർബ്ബ ന്ധിക്കുന്നതു പോലെ ഒരേ സമയം അതിന് ആത്മപീഢനമായും പരപീഢനമായും സാദൃശ്യമുണ്ട്. ഭൂതകാല ജാതിക്ക് കേരളത്തിൽ വെച്ചു ണ്ടായ മൂത്ത മകനാണ് കപട ലൈംഗികസദാചാരഭാവം. ഇവൻ മറ്റൊരു 'ആക്ടിവിസ്റ്റാ'ണ്.

ഹർത്താൽ എന്ന പേരിൽ നടത്തുന്ന ബന്ദ് (അഥവാ സഞ്ചാര സ്വാതന്ത്ര്യം തടയൽ നമുക്കതു നേരത്തെ ശീലമുള്ളതാണല്ലോ!) എന്ന മനുഷ്യാവകാശ ലംഘനം ഒരേ സമയം ആത്മപീഢനവും പരപീഢന വുമാണ്. മേൽപ്പറഞ്ഞ മൂന്നുകാര്യങ്ങളും കൂട്ടി വായിക്കേണ്ടതുണ്ട്. ജാതി എന്ന ദിനോസർ മലേഷ്യയിലേക്ക് ആദ്യം ഓടിച്ചത് തീരദേശത്തെ

മുസ്ലീങ്ങളെയാണ് എന്നതു യാദൃച്ഛികമല്ല. മീൻപിടിച്ചു ജീവിച്ചിരുന്ന കീഴാളവിഭാഗത്തിൽ നിന്നാണ് ബഹുഭൂരിഭാഗവും ഇസ്ലാം മതത്തിലേക്കു വന്നത്. അടുത്തകാലം വരേയും കണ്ണൂർ ഭാഗത്ത് 'പുയിസ്ലാൻ' എന്നത് ആളുകളെ പ്രകോപ്പിക്കുന്ന തെറിയായിരുന്നു. പുതിയ ഇസ്ലാം ലോപിച്ചാണ് ഈ പദമുണ്ടായതെന്നു പിൽക്കാലത്താണു ഞാൻ തിരിച്ചറിയുന്നത്. പുയിസ്ലാൻ എന്ന തെറി ഉപയോഗിച്ചിരുന്നത് മുസ്ലീങ്ങൾ തമ്മിൽത്തന്നെ ആയിരുന്നു എന്നത് മതം മാറിയാലും ജാതി വേഷപ്രച്ഛന്നനായി അവനിൽ കുടികൊള്ളും എന്നതിന്റെ ചെറിയ ഉദാഹരണം.

പുയിസ്ലാമിൽ നിന്ന് മനുഷ്യനിലേക്കുള്ള വളർച്ചയ്ക്കുവേണ്ടിയുള്ള കഷ്ടപ്പാടുതന്നെയായിരുന്നു ഗൾഫിലേക്കുള്ള ആദ്യകാല കള്ള ലോഞ്ച് സാഹസിക സഞ്ചാരങ്ങൾപോലും . ഈഴവർക്കിടയിൽ ശ്രീനാരായണ ഗുരു പോലെയാണ് മുസ്ലിങ്ങൾക്കിടയിൽ ഗൾഫ് മണി പ്രവർത്തിച്ചത്. കേരളത്തിലെ ഒരൊറ്റ മുസ്ലിം നായകനും പണ്ഡിതനും ഇത്ര ആഴത്തിൽ മുസ്ലീംജീവിതത്തെ ആധുനികരിക്കാൻ കഴിഞ്ഞിട്ടില്ല. കാര്യങ്ങൾ ഇങ്ങനെയൊക്കെയാണെങ്കിലും ഭൂതകാലകാലത്തിന്റെ ആദിനോസറിൽ നിന്നു ഹിന്ദുവിനെപ്പോലെ ഒരൊറ്റ മുസ്ലീമും ക്രിസ്ത്യാനിയും രക്ഷപ്പെട്ടിട്ടില്ല. നാട്ടിൽ ഹോട്ടൽത്തൊഴിലാളിയാണെന്നു പറഞ്ഞാൽ പെണ്ണുകിട്ടാൻ പാടാണ്. അവൻ മദിരാശിയാലാണെന്ന്, ബോംബെയിലാണെന്നു പറഞ്ഞാൽ എളുപ്പം പെണ്ണുകിട്ടും, പണ്ടൊക്കെ മുസ്ലീം സമൂഹത്തിൽ. മദിരാശിയിലും ചായയടിതന്നെയാണേ! ബോംബെയിൽ ബാർവാലാ! ഈ പ്രാഗ്ഗ്രൂപ്പാണ് ആദ്യകാല ഗൾഫ് കുടിയേറ്റക്കാർ. അതിനുമുമ്പ് ബർമ, മലേഷ്യ... ക്രിസ്ത്യൻ സമൂഹമാവട്ടെ പടിഞ്ഞാറേക്ക് ഓടിയൊളിച്ചു.

തൊഴിലിനെ തെറിയായി കാണുന്ന വേറൊരു സംസ്കാരവും നമ്മളെപ്പോലെയില്ല. തൊഴിലിനെ ഇത്ര കണ്ടു മാനിക്കാത്ത സമൂഹവും. തൊഴിലുമായി ബന്ധപ്പെട്ട് കേരളത്തിൽ നിരവധി തെറികളുണ്ട്. 'നിനക്കു കെളക്കാൻ പോയിക്കൂടെ?' 'പോയി ചെരക്കടാ' 'പോടാ കൊശവാ' 'കിളി'... ഈ ലിസ്റ്റ് എത്ര വേണമെങ്കിലും നീട്ടാം. ആർക്കെങ്കിലും ഈ വിഷയത്തിൽ ഡോക്ടറേറ്റ് എടുക്കാം. നമ്മുടെ നെൽവയൽ മൂടപ്പെട്ടതിന്, കൃഷി തിരോധാനങ്ങൾക്ക് ലിംഗവിവേചനാപമാനങ്ങൾക്ക് സമീപകാലത്ത് വർധിച്ചുവരുന്ന കുടുംബത്തിനകത്തെ പങ്കുവെക്കാനാകാതെ വർധിച്ചുവരുന്ന സംഘർഷങ്ങൾക്ക് ഒക്കെ കാരണഭൂതമായി നിൽക്കുന്നതു ജാതിയല്ലാതെ മറ്റെന്താണ്?

പടിഞ്ഞാറൻ അധിനിവേശ ശക്തികൾ വന്നപ്പോൾ പകച്ചുപോയ ഫ്യൂഡൽ പ്രഭുക്കന്മാർ പുതിയ ഇരിപ്പിടങ്ങൾ ഉണ്ടാക്കിയപോലെ ആഗോളീകരണകാലത്ത് ഇന്ത്യൻ ജാതി പുതിയ വേഷങ്ങളിൽ, പ്രച്ഛന്നമായും അരൂപിയായും നിൽക്കുന്നു. ആരുടേയോ ഹിഡൻ അജണ്ടയായി.

മലയാളത്തെ തോല്പിക്കാനാണോ നാം ഇംഗ്ലീഷ് പഠിക്കുന്നത്? മലയാളം കീഴ്ജാതിസ്ഥാനത്തു നിൽക്കുന്നു. ആഗോളീകരണകാലത്ത് അതിന്റെ സ്ഥാനം നിർണയിക്കപ്പെടുന്നത് സാമ്പത്തികാടിത്തറയിൽ തന്നെയാണ്. മൂലധനതാത്പര്യങ്ങൾ കലയെയും സാഹിത്യത്തെയും റാഞ്ചിയെടുത്തു കഴിഞ്ഞു. അടുത്ത മുറിയിൽ കയറിപ്പോയ ആണും പെണ്ണും എന്തുചെയ്യുകയാവും എന്നോർത്ത് അടഞ്ഞ വാതിലിനു മുന്നിൽ ഉറക്കം കിട്ടാതെ കണ്ണുകൾകൊണ്ടുലാത്തുന്ന ഏക വർഗം മലയാളിയാണെന്നു ഗൾഫിലെത്തുമ്പോൾ മാത്രമാണു നാം തിരിച്ചറിയുക. നൂറ്റിയെൺപതോളം രാജ്യങ്ങളിൽനിന്നുള്ളവർ ദുബായിലെത്തുന്നുണ്ട് ഇന്ന്. ഒരു ചെറിയ പീടികയിൽ നളിനി ജമീലയുടെ ആത്മകഥ എന്ന ബുക്കുണ്ടോ എന്നു ചോദിച്ച്. പരുങ്ങിയെത്തിയ ഒരു മലയാളി മുഖം എനിക്കു മറക്കാനാവില്ല. ഞാനയാളുമായി ലോഹ്യം കൂടിയപ്പോൾ വരുന്നു, മറ്റൊരറിവ്, അയാൾ ഗൾഫിലെത്തിയിട്ട് പത്തുവർഷമായി. ആദ്യമായി വായിക്കാൻ പോകുന്ന പുസ്തകം. വേശ്യയുടെ കഥയാണെന്ന് മുറിയിൽ കൂടെത്താമസിക്കുന്ന ഒരാൾ പറഞ്ഞറിഞ്ഞു.

ഏതു പ്രതികൂലസാഹചര്യത്തിലും കൂടെ കൊണ്ടുനടക്കാൻ ശ്രമിക്കുന്ന തങ്ങളുടെ മലയാളിത്തത്തെ ആഗോളീകരണകാലത്തെ സദാചാരനദിയിലെ വെള്ളപ്പൊക്കം എങ്ങോട്ടാവും കൊണ്ടുപോവുക? ഇന്റർനെറ്റിൽ കീബോർഡിൽ വിരലിന്റെ ഏതാനും ചലനവ്യത്യാസത്തിൽ പോർണോ സൈറ്റിലും വേദഗ്രന്ഥ സൈറ്റിലും നിമിഷമാത്രയിൽ എത്തിപ്പെടാൻ കഴിയുന്ന വിവരസാങ്കേതിക കാലത്ത് തെരഞ്ഞെടുപ്പ് എന്നതു ധർമ്മസങ്കടമായി മുന്നിൽ നിൽക്കുമ്പോൾ പതറിപ്പോകുന്നത് അഥവാ പതറി മുന്നേറിപ്പോകുന്നത് മലയാളി പശ്ചാത്തലത്തിൽ ചിന്തിക്കുമ്പോൾ ഏറെ രസകരമായിരിക്കും.

താൻ ഇരിക്കുന്ന ഇരിപ്പ് ശരിയല്ല, അസ്വസ്ഥജനകമാണ് എന്ന് മലയാളി സൈക്കിയിലുണ്ട് എന്നതൊരു വാസ്തവമാണ്. എൺപതുകൾക്കുശേഷം കേരളത്തിൽ പ്രബലമായ അരാഷ്ട്രീയവത്കരണം മദ്യപാനശീലത്തെ ചെറുതായൊന്നുമല്ല പ്രോത്സാഹിപ്പിച്ചത്. മദ്യം വിഷസ്പർശമുള്ള പാമ്പാണെങ്കിലും അതു മനുഷ്യനെ അതിന്റെ തലയിലേറ്റി ഒന്നു നാടു ചുറ്റിക്കുന്നുണ്ട്. ഒരു മുറിയിലിരുന്ന് നിശ്ചലമായും യാത്ര ചെയ്യാവുന്ന അവസ്ഥ. മലയാളിജീവിതത്തിന്റെ സമസ്ത മേഖലകളിലും സ്തംഭനാവസ്ഥതന്നെയാണു യുവാക്കളിലും മധ്യവയസ്കരിലും വർധിച്ചു വരുന്ന മദ്യപാനാസക്തി.

ഒഴുകുന്ന തോണിയിൽ നിന്നു നമ്മൾ പ്രകൃതിദൃശ്യങ്ങളുടെ ആൽബം മറിച്ചു നോക്കില്ല. നമ്മുടെ നാട് ഒരു തടാകമായി സങ്കല്പിക്കാമെങ്കിൽ ദുർഗന്ധവാഹിയായ നിശ്ചലാവസ്ഥയാണത്. കാർഗിൽ ജവാന്മാർ കൂട്ടത്തോടെ കൊല്ലപ്പെട്ടപ്പോൾ കാർഗിൽ രക്തസാക്ഷി മണ്ഡപമുണ്ടാക്കി

പുഷ്പാർച്ചന നടത്തി അതിനു മുന്നിൽ നിശ്ചലരായി കണ്ണടച്ചു നിൽക്കുന്ന കോമിക് കഥാപാത്രങ്ങൾ മാത്രമായി നാം. ജവാന്മാരുടെ ശവം എത്തിക്കാനുള്ള പെട്ടിയിൽപ്പോലും അഴിമതി നടത്തിയെന്നറിഞ്ഞിട്ട് ഒരുത്തൻ പോലും ഒന്നിളകിയിരുന്നില്ല. മലയാളി 'പൈങ്കിളി'യേക്കാൾ താഴെയാണ്. അവന് ഒന്നിലേ താത്പര്യമുള്ളൂ. മറ്റുള്ളവന്റെ മേലെ എങ്ങനെ കയറിയിരിക്കാം? സമഭാവനയല്ല, അപരനെ അപമാനിക്കാൻ കിട്ടുന്ന ഒരൊറ്റ സന്ദർഭവും അവൻ പാഴാക്കില്ല. (ഇത് എളുപ്പം ബോധ്യമാവുന്ന സ്ഥലമാണ് സർക്കാരാപ്പീസ്)

സാമൂഹിക തലവേദനയ്ക്കകത്ത് അടയിരിക്കുന്ന ജാതി വെട്ടുകിളികളെ എങ്ങനെ പുറത്തേക്ക് ഓടിക്കാനാവും എന്നതു നമ്മുടെ വരുംകാല ജീവിതത്തിന്റെ ഗതിവിഗതികളെ നിർണയിക്കും. ജാതിയെ വോട്ടിനായി ഓമനിച്ചുമ്മവെക്കുന്ന ഇടതുപക്ഷപാർട്ടികളടക്കമുള്ളവരിൽ നിന്ന് എന്തു നീക്കങ്ങളാണു നമുക്കു പ്രതീക്ഷിക്കാനാവുക?

എനിക്കു തോന്നുന്നത് കീടനാശിനി തളിച്ചു തുടങ്ങേണ്ടത് വിദ്യാലയങ്ങളിൽ നിന്നാണ്. ജാതിക്കെതിരായ കലാപം തൊഴിലിന്റെ മഹത്വത്തെ തിരിച്ചുപിടിച്ചുകൊണ്ട് ആരംഭിക്കണം. ഇതിനു പശ്ചാത്തലമൊരുക്കുന്ന ഒരു സ്കൂൾ ക്യാമ്പസ് നമുക്കു പ്രയോഗവത്കരിക്കാൻ കഴിയുമോ? മലയാളി/ഇന്ത്യൻ മനസ്സിലെ ഇരുൾവനത്തിലേക്ക് എങ്ങനെ കടന്നുചെല്ലാനാവും? സമീപകാലത്തെ ചൈനയുടെ മുന്നേറ്റങ്ങൾ അവരുടെ ജനസംഖ്യാബലത്തെ ഉപയോഗിച്ചുകൊണ്ടുള്ള ചെറുകിട തൊഴിൽ സംരംഭങ്ങളിൽ കൂടിയാണ്. (ചൈന സാമ്പത്തിക വിതരണക്രമത്തിൽ നീതിമാനാണ് എന്നല്ല ഇപ്പറഞ്ഞതിനർത്ഥം. അവിടെ, മനസ്സിലാക്കിയേടത്തോളം, പ്രബലമായ രണ്ടു ജാതികളിൽ ഒന്നു സുഖിമാനും സമ്പന്നനുമായ നഗരവാസിയും മറ്റേത് ദരിദ്രരിൽ ദരിദ്രനായ ഗ്രാമീണനുമാണ്.)

ഇതെഴുതുന്നയാൾ പണ്ഡിതനോ വിഷയവിദഗ്ധനോ അല്ല. പാഠമല്ല മറിച്ചുള്ള കാഴ്ചയാണ് എന്റെ മുന്നിലുള്ളത്. ദുബായ് നഗരത്തിൽ നമ്മുടെ സമൂഹത്തിലെ ബഹുഭൂരിഭാഗം പേരും നരകയാതനയിലാണ്. ഒരു ബെഡ്സ്പേയ്സിനുപോലും ഗതിയില്ലാത്ത പാർക്കിലും പഴയകാറുകളിലും അവർ കിടന്നുറങ്ങുകയാണ്. (കേൾക്കണോ കഥ? ദുബായിൽ ആയിരത്തി അഞ്ഞൂറുരൂപ കൊടുത്താൽ ഒരു പഴയ കാർ വാങ്ങാം. അതിൽ രാത്രിയിൽ രണ്ടുപേർക്കു കിടന്നുറങ്ങാൻ മാസത്തിൽ ഇരുന്നൂറ് രൂപ കൊടുത്താൽ മതി) പല മധ്യേഷൻ രാജ്യങ്ങളും ദുബായിയെ റോൾമോഡലായിക്കണ്ട് വലിയ നിർമാണ സാങ്കേതികക്കുതിപ്പിലാണ്. അവർക്കു ചെറിയ ചെറിയ മനുഷ്യരെ വേണ്ട. അവിദഗ്ധരുടെയും അഭയാർത്ഥികളുടേയും ചേരിപ്രദേശമായി തങ്ങളുടെ രാജ്യം മാറുമോ എന്നു ഭരണാധികാരികൾ സ്വാഭാവികമായും ഭയപ്പെടുന്നുണ്ട്. അനുദിനം

കുതിച്ചുയരുന്ന ജീവിതച്ചെലവുകൾ അതിനുള്ള മുന്നൊരുക്കങ്ങളിൽ പ്പെടുന്നു. തൊഴിൽരംഗത്തെ മുന്തിയ (ചെറുതൊന്നുമല്ല) വിദഗ്ധരെ യാണ് (പടിഞ്ഞാറൻ ഇൻസ്റ്റിറ്റ്യൂട്ടുകളിൽ പഠിച്ച) അവർക്കു വേണ്ടത്. ഈ വലിയ ആൾക്കൂട്ടം വൈകാതെ മടങ്ങേണ്ടി വരും തീർച്ച. മറ്റൊരർ ത്ഥത്തിൽ പറഞ്ഞാൽ, പുതിയ സ്ഥലങ്ങൾ അവർക്കു കണ്ടെത്തേണ്ടി വരും. പക്ഷേ എവിടെ? ജാതിയുടെ ടിറക്സ് ദിനോസറുകളാൽ വേട്ട യാടപ്പെടാതിരിക്കാൻ ഒരു പക്ഷേ, ഭക്ഷണക്കൂലിക്കുപോലും അവർ പണിയെടുക്കും!

നമ്മുടെ ജനതയെ നിൽക്കക്കള്ളിയില്ലാത്ത വിധം ഓടിച്ചുകൊണ്ടിരി ക്കുകയാണ്. കേരളത്തിലുള്ള മൂന്നിലൊന്നോളം പേർ ഓടിപ്പോയി എന്നതു നിസ്സാരകാര്യമല്ല. സ്വന്തം മണ്ണിൽ നിന്നു തുരത്തിയോടിക്കാ പ്പെടുന്ന പലസ്തീൻ ജനതയോടല്ലാതെ നമുക്കാരോടാണു സാദൃശ്യം? വെടിയുണ്ടകളും കല്ലേറുകളും ഒഴിച്ചുനിർത്തിയാൽ, രണ്ടിനുമുള്ള സുപ്രധാന സാദൃശ്യം ഭൂതകാലം എന്ന ദിനോസറിനോടാണ്.

മിത്തിനെ യാഥാർത്ഥ്യമായും യാഥാർത്ഥ്യത്തെ മിത്തായും രണ്ടു ജനതയും സൗകര്യം പോലെ ഉപയോഗിക്കുന്നു. ഒരേ സമയം രാമൻ, മിത്തും ചരിത്രപുരുഷനുമാണല്ലോ! ഇങ്ങനെ ഉള്ളിൽ ഒളിച്ചുനിൽക്കുന്ന ഇരട്ടവ്യക്തിത്വത്തിന്റെ പൗരാണിക പ്രദേശത്തിനകത്താണ് ആ ദിനോസർ. ആരാണിതിനെ പിടിച്ചുകെട്ടുക? ∎

പ്രവാസിയുടെ നോമ്പ്

മഞ്ഞുകാലം വരുമ്പോൾ അമേരിക്കപോലുള്ള രാജ്യങ്ങളിലെ പ്രജകൾ തങ്ങളുടെ ക്ലോക്ക് ഒരു മണിക്കൂർ പിന്നോട്ടു വെക്കാറുണ്ട്. വിന്റർ സീസൺ കഴിഞ്ഞാൽ പഴയതുപോലെയാക്കി വെക്കുകയും ചെയ്യും. ടൈംസേവിങ് എന്ന പേരിലറിയപ്പെടുന്ന ഈ ഏർപ്പാടിനെ ഓർമിപ്പിക്കും ഗൾഫിലെ നോമ്പുകാലം. ക്ലോക്കുകൾ തിരിച്ചുവെക്കുന്നില്ല എന്നേയുള്ളൂ. അറബികളോടൊപ്പം പ്രവാസിമലയാളികളുടെയും ജീവിതക്രമങ്ങൾ പാടെ മാറും. രാത്രികൾ കുറെക്കൂടി സജീവമാകുന്ന കാലമാണത്. മാർക്കറ്റുകളുടെ സമയക്രമവും ജോലിസമ്പ്രദായങ്ങളും മാറുകയായി. ജീവിതശൈലിയിലും മനോഭാവങ്ങളിലും ഏറെ മാറ്റമുണ്ടാവുന്നതു പ്രവാസിമലയാളികളിലാണ്. പ്രത്യേകിച്ച് സാമ്പത്തികമായി പിന്നാക്കം നില്ക്കുന്ന, താഴേക്കിടയിലുള്ള തൊഴിലുകളിൽ ഏർപ്പെടുന്നവരിൽ. നോമ്പുകാലമാകുന്നതോടെ ഗൃഹാതുരത്വം അതിന്റെ പരമകോടിയിൽ അവരുടെ ഹൃദയത്തിൽ അലയടിക്കും. ഈ സമയം നോക്കി നാട്ടിലെ പള്ളിപ്പിരിവുകളും യത്തീംഖാന ഫണ്ടുശേഖരണവും ദ്രുതഗതികൊള്ളും. പള്ളികളിൽ നോമ്പുതുറ സ്ഥലങ്ങളിൽ രാത്രികാലങ്ങളിൽ ഒത്തുകൂടി അവർ നാടിന്റെ സ്മൃതികളിൽ മുങ്ങിനില്ക്കും.

നോമ്പുകാലം പ്രവാസിമലയാളിയെ ഉദാരനാക്കുന്നത് അവനനുഭവിച്ച പഴയകാല കഷ്ടപ്പാടിന്റെ ഓർമ്മകളിലല്ലാതെ മറ്റൊന്നുംകൊണ്ടല്ല. അല്ലെങ്കിലും ഇന്നും ഗൾഫ്നാടുകളിലെ പ്രവാസികളെപ്പോലെ ഉദാര ശീലരല്ല അമേരിക്കയിലും യൂറോപ്പിലും താമസിക്കുന്ന മലയാളികൾ. സാമ്പത്തികമായി കുറെക്കൂടി ഉയർന്ന കുടുംബങ്ങളിൽനിന്നുള്ളവരാണ് അമേരിക്കൻ യൂറോപ്യൻ രാജ്യങ്ങളിൽ ചേക്കേറിയ ഏറെപ്പേരും. അതിൽ ഏറെപ്പേർക്കും പട്ടിണി, പുസ്തകത്തിൽ വായിച്ചറിഞ്ഞ കാര്യം.

എന്നാൽ ഗൾഫുകാരന്റെ കഥ അതല്ല. എഴുപതുകൾക്കുമുമ്പ് പിറന്ന ഓരോ ഗൾഫുകാരനും അരവയറുമായി മുന്നോട്ടുനീങ്ങിയ നോമ്പു കാലത്തെക്കുറിച്ചു മാത്രമേ പറയാനുണ്ടാവൂ. വടക്കേ മലബാറിലൊക്കെ യാണെങ്കിൽ നല്ല ഒരു പലഹാരംപോലും അവനു കിട്ടുന്നത് പള്ളികളിൽ വിതരണം ചെയ്തിരുന്ന ചീരണിയിൽനിന്നാണ്. ചീരണിയെന്നാൽ,

നാട്ടിലെ പണക്കാരനായ ഒരാൾ മഗ്‌രിബ് സമയത്ത് പള്ളികളിൽ നോമ്പു തുറക്കാൻ ചെറുപലഹാരങ്ങൾ (പഴംപൊരി, ഉള്ളിവട, തുടങ്ങിയ പൊട്ടിച്ചു വിതരണം ചെയ്യാൻ പറ്റിയ ഏതു പലഹാരവും) സ്പോൺസർ ചെയ്യുന്നു. അങ്ങനെയെത്തുന്ന 'കടികളെ'യാണു ചീരണി എന്നു വിളിക്കുന്നത്.

തീർച്ചയായും ഗൾഫുമലയാളിയുടെ സ്മരണകളിൽ നാട്ടിൽ താൻ അനുഭവിച്ച ഭൂതകാലത്തെ നോമ്പും ചീരണിയും തറവീശ് നമസ്കാരവും രാപ്രസംഗങ്ങളും നാട്ടിൻപുറത്തെ ചെറിയ ചെറിയ സേവന കൂട്ടായ്മകളും മനസ്സിൽ ഇരമ്പിയെത്തും. നോമ്പുകാലമാകട്ടെ, സങ്കടത്തിന്റെയും ഉദാരതയുടെയും സാമൂഹികപ്രവർത്തനങ്ങളുടെയും കാലമാണ്. മറ്റൊരർത്ഥത്തിൽ പറഞ്ഞാൽ ഗൾഫുമലയാളിയെ നോമ്പ് നാടിന്റെ ഓർമ്മകളിലേക്കു തൊട്ടുവിളിക്കുകയാണ്. പാവപ്പെട്ട പെൺകുട്ടികളെ കെട്ടിച്ചയയ്ക്കാൻ, അനാഥാലയങ്ങളുടെ നടത്തിപ്പിനുള്ള പണം സ്വരൂപിക്കാൻ, വീടില്ലാത്തവർക്കു വീടു പണിയിച്ചുകൊടുക്കാൻ, പള്ളിപണിയാൻ ഇങ്ങനെ ചെറിയചെറിയ സംഖ്യകൾ സ്വരൂപിച്ച് നാട്ടിലെ കൂട്ടായ്മയിലേക്കു വകയിരുത്തുകയായി. ഇതിൽനിന്ന് ഒഴിഞ്ഞുനടക്കുന്നവർ വളരെ കുറച്ചുമാത്രം.

ആറുവർഷം പ്രവാസിയായിരുന്ന എനിക്കു തോന്നിയിട്ടുള്ളതു ഗൾഫിലെ നോമ്പുകാലം നാട്ടിലേതിനേക്കാൾ എത്രയോ വർണോജ്ജ്വലമാണ് എന്നാണ്. അവരുടെ ജീവിതത്തിൽ സർവ്വത്ര മാറ്റങ്ങളാണു നാം കാണുക. എന്തിനേറെ മലയാള പത്രങ്ങളിലെ ഗൾഫ് എഡിഷനുകളിലെ ക്ലാസിഫൈഡ് പരസ്യങ്ങൾ പോലും പാടെ മാറിപ്പോകും. ഏതാനും നാളുകൾക്കകം കടന്നുവരുന്ന പെരുന്നാളിനു നാട്ടിലെ മക്കൾക്കും രക്ഷിതാക്കൾക്കും സമ്മാനങ്ങൾ അയയ്ക്കാൻ കാർഗോ കമ്പനികൾ നല്കുന്ന പരസ്യങ്ങളുടെ ബാഹുല്യംതന്നെ സംഭവിക്കുകയായി. മികച്ച അറേബ്യൻ ഈന്തപ്പഴവും കാരക്കയും എത്തിച്ചുകൊടുക്കാം എന്ന Door to Door Delivery പരസ്യങ്ങളും സജീവം. പെരുന്നാളിനു നാട്ടിൽ പോകുന്നുണ്ടോ എന്ന ചോദ്യം പ്രവാസികളുടെ കണ്ടുമുട്ടലിൽ സ്വാഭാവികമായും വന്നുചേരും. പിന്നെ ഫ്ളൈറ്റ് ടിക്കറ്റിന്റെ കൂടിവരുന്ന ചാർജ്ജ്, ഏറ്റവും കുറഞ്ഞ ഫ്ളൈറ്റ് ഇന്നതാണ് എന്നൊക്കെയുള്ള വിവരങ്ങളുടെ കൈമാറ്റം ശരിക്കും. നാടോർമ്മകളുടെ നാളുകൾ തന്നെയാണവ. ഉംറയ്ക്കുള്ള തിരക്കും ഏറുന്നത് ഈ കാലത്തുതന്നെ.

വിവിധ ഇന്ത്യൻ സമൂഹത്തിന്റെയും ബംഗാളി, പാക്കിസ്ഥാൻ തൊഴിലാളികളുടെയും കൂട്ടമായ പരസ്യനോമ്പുതുറ യു.എ.ഇ. യിലും മറ്റും പതിവുദൃശ്യമാണ്. പള്ളികൾ വെള്ളിയാഴ്ചയിലെ ജുമുഅക്കെന്ന പോലെ നിറഞ്ഞു കവിയുന്നു. അറബിസമൂഹവും ഏറെ ഉദാരമാകുന്നതും ഇക്കാലത്തുതന്നെ. പക്ഷേ, നോമ്പുതുറകളിൽ തദ്ദേശീയവാസികളായ അറബികൾ മൂന്നാംലോകരാജ്യത്തെ പ്രജകൾക്കൊപ്പം നോമ്പു

തുറക്കുന്നതു പതിവു ദൃശ്യമല്ല. യു.എ.ഇയിലും മറ്റും ബാറുകളും നൃത്ത ശാലകളും ക്ലബ്ബുകളും നോമ്പുകാലത്തോടെ അടച്ചിടുന്നു. ദുബാ യിൽമാത്രം വളരെ ഒറ്റപ്പെട്ട നിലയിൽ മദ്യശാലകൾ തുറക്കുന്ന പതിവ് അടുത്തകാലത്തായി രൂപപ്പെട്ടിട്ടുണ്ട്. മുഖ്യമായും പ്രവാസികളായ സായിപ്പന്മാർക്കുവേണ്ടിയാണ് ഈ സൗകര്യം. നോമ്പുകാലത്ത് മുസ്ലി ങ്ങൾ മദ്യപിച്ചാൽ കഠിനശിക്ഷതന്നെ ഗൾഫിൽ കാത്തിരിക്കുന്നുണ്ട്.

പൊതുപാർക്കുകളുടെ പ്രകാശനമായ സജീവതയും തിരക്കും പ്രത്യേക കാഴ്ചയാണു ഗൾഫിൽ. കുടുംബാംഗങ്ങളുമായി പുറത്തിറ ങ്ങുന്ന അറബിഅംഗങ്ങളും കൂടുകയായി. പക്ഷേ, പകൽസമയങ്ങളിൽ ഭക്ഷണശാലകൾ തുറക്കുന്ന പതിവ് ഒട്ടുമില്ല.

നോമ്പുകാലം പ്രവാസിമലയാളികളെ ആഴത്തിൽ തൊടുന്നതിനു വേറേ കാരണം അന്വേഷിക്കേണ്ടതില്ല. അശരണർക്കും ദരിദ്രർക്കുമുള്ള ദൈവത്തിന്റെ പ്രകൃതിയുടെ ഉയർന്ന പങ്ക് കൈവശംവെച്ചിരിക്കുന്ന ധനാഢ്യരോടാണ് അതു കൂടുതൽ സംസാരിക്കുന്നത്. നീതിബോധ ത്തോടാണ് നോമ്പ് സംസാരിക്കുന്നത്. വിശപ്പ് പുസ്തകത്തിലോ പ്രഭാ ഷണത്തിലോ വെച്ച് അറിയാനുള്ളതല്ല എന്നതാണ് അതിന്റെ പ്രധാന സന്ദേശം.

ഉള്ളവരോട് കൊടുക്കാൻ പറയുന്നു, അത്. ഇല്ലാത്തവനെ അറി യാനും. തീർച്ചയായും ഈ രണ്ടു കാര്യങ്ങളും ഏറ്റവും വേണ്ടതാണ് എന്ന് അറിയാവുന്ന സാമ്പത്തികപശ്ചാത്തലമുള്ള ഭൂതകാലമാണ് ഗൾഫു കാരന്റേത്. മറ്റു പ്രവാസി സമൂഹത്തേക്കാൾ ഗൾഫുകാരൻ തനിക്കുള്ള തിൽനിന്ന് ഒരു പങ്ക് ഇല്ലാത്തവന് കൊടുക്കും. ഭക്ഷണവും പണവും ഇല്ലാതെ പോകുന്നതു തന്റേതല്ലാത്ത കാരണത്താലുള്ള ഒരുതരം സാമൂഹികപരമായ നാടുകടത്തലാണ്. അതുതന്നെയാണ് ഗൾഫു കാരന്റെ, അരക്ഷിതഗൾഫുകാരന്റെ ജീവിതം. നോമ്പുകാലം അവന്റെ ഭൂതകാലത്തെ പ്രകാശപൂരിതമാക്കുകയും സാമൂഹികബന്ധങ്ങളെ കൂടുതൽ ഉറപ്പിക്കുകയും ചെയ്യുന്നു. സ്നേഹത്തിന്റെ തെരുവിൽ അവർ ആഹ്ലാദത്തോടെ ഒത്തുചേരുന്നു. ■

രേഖപ്പെടുത്താതെപോയ സാമ്പത്തിക മഹായുദ്ധം

മുൻകുറി : ഗൾഫിൽ ആദ്യമുണ്ടായ സാഹിത്യം ഏതാണ്? തീർച്ചയായും അക്ഷരം നേരേ ചൊവ്വേ അറിയാഞ്ഞിട്ടും നാട്ടിൽ ഹൃദയത്തോട് ഏറ്റവും ഒട്ടിനിന്നവർക്ക് അവരെഴുതിയ കത്തുകൾതന്നെ. അത്തരം കത്തുകൾ ആരെങ്കിലും മുൻകൈയെടുത്തു കണ്ടുപിടിക്കുകയും ശേഖരിക്കുകയും ചെയ്യണം. വക്കുപൊട്ടിയത് എന്നു നമുക്കു തോന്നുന്ന ഒരു വാക്കാൽ, അവൻ യാതനയുടെയും വിങ്ങിപ്പൊട്ടലിന്റെയും മലയാളി ഗൾഫ് ഭൂപടം വരച്ചു ചേർക്കുകയായിരുന്നു. വിചിത്രമെന്നു പറയട്ടെ, എന്റെ ജീവിതചക്രം പത്തുവർഷത്തിലൊരിക്കൽ പല രൂപങ്ങളിൽ ആവർത്തിക്കുന്നു എന്ന് ആശ്ചര്യത്തോടെ ഓർക്കുന്നു.

1984ൽ ഗൾഫിലേക്കു വരാനുള്ള എല്ലാക്കാര്യങ്ങളും ചെയ്തു. അവസാന നിമിഷം ശരിയായില്ല. 1994ൽ ഞാനൊരു വിസിറ്റിങ് വിസയെടുത്തുവരുന്നു. ബന്ധുക്കളാരുമില്ലാതെ പേടിച്ചരണ്ട് ഫുജൈറ എയർപോർട്ടിലെത്തുമ്പോൾ പാതിര കഴിഞ്ഞിരുന്നു. അന്നു വിസിറ്റിങ് വിസക്കാർക്ക് ഫുജൈറയിലേ ഇറങ്ങാൻ അനുവാദമുള്ളൂ. കണക്ഷൻ ഫ്ളൈറ്റ് ഖത്തറിൽ ആറു മണിക്കൂർ നിർത്തിയിട്ടപ്പോൾ ആരോടോ അപേക്ഷിച്ച് വാങ്ങിയ ഫോണിൽ കവി സത്യൻ മാടാക്കരയെ വിളിച്ചിരുന്നു. വേവലാതിയിൽ വേറേയും രണ്ടു സാഹിത്യ സുഹൃത്തുക്കളെയും. സത്യൻ മാത്രം വന്നു. സ്നേഹത്തിന്റെ വസന്തഗീതത്തെ ഓർമ്മിപ്പിക്കുന്ന പ്രസാദും. സത്യന്റെ സുഹൃത്ത്. ഓർക്കാപ്പുറത്ത് പ്രസാദ് മരിച്ചു. ദുബൈയിൽ ടി.വി. കൊച്ചുബാവയുടെ ഉറ്റമിത്രം കഥാകൃത്ത് എസ്.എം. ഫാറുഖ് വലിയ അഭയമായി. അബുദാബിയിൽ എഴുത്തുകാരനും പ്രസംഗകനുമായ സി.വി. സലാമും.

ഡി.സി. കിഴക്കെമുറിസാർ നാട്ടിൽനിന്ന് തന്നേല്പിച്ച 'മഞ്ഞുകാലം' എന്ന എന്റെ കഥാസമാഹാരത്തിന്റെ രണ്ടാം പതിപ്പും നൂറുകോപ്പി കരുതിയിരുന്നു. പുസ്തകവില്പനയും ജോലിയന്വേഷണവുമായി കക്കത്തോട് ചുട്ടെടുക്കുന്നതുപോലെ രണ്ടരമാസം. പിടിച്ചുനിൽക്കാനാവാതെ നാട്ടിലേക്കു മടങ്ങി.

2004ൽ അബുദാബി 'അരങ്ങ്' ഒരു സാഹിത്യക്യാമ്പിന് ക്ഷണിക്കുന്നു. സംഘാടകൻ എഴുത്തുകാരനായ എ.എം. മുഹമ്മദ്. വിസിറ്റിങ്ങിനുപോയ ഞാൻ ഗൾഫ് ലൈഫ് മാസികയുടെ പത്രാധിപരായി അവിടെത്തന്നെ കൂടുന്നു. തട്ടിയും മുട്ടിയും മുട്ടിയും തട്ടിയുമായി ആറു വർഷത്തെ ഗൾഫ് ജീവിതം. ഏറ്റവുമൊടുവിൽ പ്രവാസ ചന്ദ്രികയിൽ ജോലി. ഇതിനിടയിൽ എത്രയോ നല്ലതും ചീത്തയുമായ മനുഷ്യരെ കണ്ടു. നല്ല മനുഷ്യർ ക്രമേണ ചീത്തയായതും കണ്ടു. എന്തുകൊണ്ട് ഗൾഫെഴുത്ത് ഉണ്ടാവുന്നില്ല എന്ന് ഈ പോയകാലങ്ങളിൽ സഹൃദയരായ വായനക്കാർ പതം പറയുന്നതുകേട്ടു. കൂട്ടത്തിൽ എന്നോടും ചോദിച്ചു. ഞാൻ പറഞ്ഞു: ഇത് മലയാളിയുടെ പരലോകം. ഇവിടെ യാഥാർഥ്യത്തിന്റെ ടൂൾ തുരുമ്പിച്ച നിസ്സഹായത. ബെന്യാമിനുമുമ്പ് ഗൾഫ്ജീവിതം ഏറ്റവും യാഥാർത്ഥ്യബോധത്തോടെ വരച്ചിട്ട ആദ്യകാല എഴുത്തുകാരൻ ശാഹുൽ വളപട്ടണമാണ്. 'ഈയലുകൾ', 'ഊഷരം ഊഷ്മളം' എന്നീ നോവലുകൾ; അതിന്റെ പേരുതന്നെ അതിന്റെ ദൃക്സാക്ഷിത്വം.

ഇങ്ങനെ പഴയതലമുറയിലെ അനേകം എഴുത്തുകാർ അവരുടെ ജീവിതധർമ്മസങ്കടങ്ങൾ ആത്മപീഡനംപോലെ വരച്ചിട്ടു. ടി.വി. കൊച്ചുബാവയടക്കമുള്ള പ്രതിഭാശാലികളായ എഴുത്തുകാർ തങ്ങൾ ജീവിച്ച ഗൾഫ് ഇടത്തെ വേണ്ടവിധം അടയാളപ്പെടുത്തിയില്ല എന്ന ആലോചനയ്ക്ക് എനിക്ക് ഒട്ടേറെക്കാലം കഴിഞ്ഞേ ഉത്തരം കണ്ടുപിടിക്കാൻ കഴിഞ്ഞുള്ളൂ.

ശരീരംകൊണ്ട് ഓരോ മലയാളിയും ഗൾഫിലാണു ജീവിക്കുന്നതെങ്കിലും മനസ്സ് നാട്ടിലാണ്. അതിന്റെ ഓർമ്മകളിൽ അള്ളിപ്പിടിച്ചിരിക്കുകയാണ് മനസ്സ്. എങ്ങനെയെങ്കിലും നജീബ് നാട്ടിലെത്തിയാൽ മതിയെന്ന് 'ആടുജീവിതം' എന്ന നോവൽ വായിച്ചുതുടങ്ങുമ്പോഴേ ആർദ്രതയോടെ ഓരോ വായനക്കാരനും മനസ്സാ പ്രാർത്ഥിക്കുന്നുണ്ട്. ഈ നിലയ്ക്കല്ലെങ്കിലും പല നിലയ്ക്കും സാമ്പത്തിക ബന്ദികളായിപ്പോയവരാണ് ഗൾഫുകാർ, തീച്ചൂളപോലുള്ള അനുഭവങ്ങളിലകപ്പെടുമ്പോഴും. അനുഭവങ്ങൾക്കുമാത്രമായി ഒരെഴുത്തുലോകം രൂപപ്പെടാൻ കഴിയുമോ? അനുഭവങ്ങളിൽനിന്ന് ഒരകലം, ഇരിപ്പിടമുള്ള ഒരകലം എഴുത്തുകാരന് ആവശ്യമാണ്. ലോകത്തെ ഏതനുഭവങ്ങളെയും തോല്പിക്കുന്ന മലയാളിയുടെ പ്രവാസത്തിന്റെ അമ്പതാണ്ട്, രേഖപ്പെടുത്താതെ പോയ സാമ്പത്തിക മഹായുദ്ധമാണ്. ഓർക്കണം, ബോംബെയിൽനിന്ന് ലോഞ്ചിൽവന്ന് കടലിൽനിന്നു വിദൂരമായ ഒരു പൊട്ട് കാണിച്ചു പറയുന്നു: അതാണ് കര. ചാടിക്കോളൂ, നീന്തി കരപിടിച്ചോളൂ എന്ന്. ഈ ശ്രമത്തിൽ എത്രയോ പേർ കടലിൽ മുങ്ങിമരിച്ചു. കര പിടിച്ചവരിൽ എത്രയോ പേർ രോഗബാധിതരായി മരിച്ചു. ഭ്രാന്തു പിടിച്ചു.

നാലും അഞ്ചും ആഴ്ചകൊണ്ടു നാട്ടിൽനിന്നെത്തുന്ന കത്തുകൾ. എ.സി.യില്ലാത്ത കൂടാരങ്ങൾ. ജനറേറ്ററിന്റെ ഭ്രാന്തമായ ശബ്ദം മാത്രം

കൂട്ടിനുള്ള ഒറ്റപ്പെട്ട മരുഭൂമിയിലെ തീ പറക്കുന്ന പണിസ്ഥലങ്ങൾ. വിചിത്ര ഭാഷകൾ സംസാരിക്കുന്ന സഹപ്രവർത്തകർ... ഇന്നു ചിത്രം എത്രയോ മാറി. പഴയ അനുഭവങ്ങൾ ഒരു സംഘടനയും ശേഖരിച്ചുവെച്ചില്ല. (ഗൾഫിലെ ഒട്ടുമിക്ക സംഘടനകളും ഓണാഘോഷ സംഘടനയാണ്. പത്രംപോലും വായിക്കില്ലെങ്കിലും സംഘാടകരെല്ലാം മികച്ച പ്രസംഗകരുമാണ്). ഇപ്പോഴും ആർക്കും തോന്നിയിട്ടില്ല. അങ്ങനെ സത്യത്തിന്റെ തീകൊണ്ടെഴുതിയ ഒരു വേദപുസ്തകം ലോകസാഹിത്യത്തിനു തന്നെ നഷ്ടമാവുന്നു.

ഗൾഫ് പ്രവാസം കേരളത്തിന്റെ, പ്രത്യേകിച്ച് മലബാറിന്റെ സാമ്പത്തിക ചരിത്രമെഴുത്തുകൂടിയാണ്. നാട്ടിലെ വിദ്യാലയങ്ങളെയും കടകമ്പോളങ്ങളെയും വാഹനങ്ങളെയും വസ്ത്രങ്ങളെയുമൊക്കെ അത് തിരുത്തിയെഴുതി. കേരളത്തിലെ ആത്മീയപുരുഷന്മാർക്കു മുതലാളിമാരുടെ മുഖച്ഛായ വരുന്നത് 'ഗൾഫ്മണി'യുടെ വരവോടെയാണ്. കേരളത്തിൽ, പ്രത്യേകിച്ച് കോഴിക്കോട്ട് കേന്ദ്രീകരിച്ച് എത്രയോ പ്രസിദ്ധീകരണങ്ങൾ വന്നു. അതിൽ നല്ലതും അസംബന്ധങ്ങളും സംഭവിച്ചു. അങ്ങനെ ഒട്ടനേകം ചെറുകിട എഴുത്തുകാരെയും ബുദ്ധിജീവികളെയും നട്ടുനനച്ചു. ടെലിവിഷനുകളും ചാനലുമില്ലാത്ത വീടുകളില്ലാതായി. അവയിൽനിന്നു പൊട്ടിയൊലിച്ച സന്ധ്യാസീരിയലുകൾ മലബാറിന്റെ വാമൊഴി ഭാഷാശൈലിയെത്തന്നെ തകർക്കുകയും സ്റ്റാൻഡേർഡ് വാമൊഴികൾ വീടിനകത്തു സ്ഥാനം പിടിക്കുകയും ചെയ്തു. ഇങ്ങനെ ഗൾഫിൽനിന്നെത്തിയ പണം എണ്ണിയാലൊടുങ്ങാത്ത പ്രഭാവങ്ങൾ (Impact) കേരളത്തിന്റെ സാംസ്കാരിക ഭൂപടത്തിൽ കോറിവരഞ്ഞു. (ഡോ. ഇരുദയരാജനെപ്പോലുള്ളവരുടെ അക്കാദമിക്കൽ പഠനങ്ങളേ ഗൾഫ് പ്രഭാവവുമായി ബന്ധപ്പെട്ട് നാട്ടിലും നടക്കുന്നുള്ളൂ).

ഗൾഫ് പ്രവാസികളെ സാമ്പത്തിക അഭയാർത്ഥികൾ എന്നാണു വിളിക്കേണ്ടത്. ലോകത്ത് കൂട്ടമായ പലായനങ്ങൾ സംഭവിച്ചതു രാഷ്ട്രീയ കാരണങ്ങളാലാണ്. അത്തരം ലക്ഷണങ്ങൾ ഒന്നും ഗൾഫ് കുടിയേറ്റത്തിനില്ല. സാമ്പത്തികമായ കാരണങ്ങളാൽ ലോകം മുഴുവൻ അലഞ്ഞുതിരിയുന്ന ഏറ്റവും വലിയ സമൂഹം ഒരുപക്ഷേ, മലയാളി സമൂഹമാവാം. പക്ഷേ, പ്രവാസമോ സാമ്പത്തികാഭയാർത്ഥിത്വമോ, എന്നു വിളിക്കാവുന്ന ഈ ജനതയിൽനിന്ന് മലയാളിഭാവുകത്വത്തിന്റെ സൂക്ഷ്മ സ്ഥലങ്ങളിലേക്കു കണ്ണെത്തിക്കാൻ കഴിവുള്ള പത്ത് എഴുത്തുകാരെ തികച്ചുകിട്ടിയില്ല.

കൊറിയയിൽനിന്ന് കെ.എം. പ്രമോദും ടി.പി. വിനോദും എഴുതുന്നു. ന്യൂയോർക്കിൽനിന്ന് കെ.സി. ജയൻ സിനിമകൾ നിർമ്മിക്കുന്നു. യു.എസ്സിൽനിന്ന് റീനി മമ്പലവും കാനഡയിൽനിന്ന് നിർമലയും എഴുതുന്നു. ഇങ്ങനെ ലോകം മുഴുവൻ മലയാളി വിത്തുകൾ കാറ്റിലും കടലിലും യാത്രചെയ്ത് ലോകത്ത് മുഴുവൻ ചെറുചെടികളും വൃക്ഷങ്ങളുമായി

നിൽക്കുന്നു. രാഷ്ട്രീയകാരണങ്ങളല്ലാത്ത സാമ്പത്തിക കാരണങ്ങളാൽ ലോകം മുഴുവൻ ചുറ്റിത്തിരിയുന്ന ഒരു സമൂഹത്തിന്റെ ഉൾത്തുടിപ്പുകൾ കാല്പനികതയുടെയോ വരണ്ട അക്കാദമിക്കൽ വീക്ഷണത്തിന്റെയോ ഊർജ്ജത്തിൽ രേഖപ്പെടുത്താവുന്ന ഒന്നല്ല. അതിനൊരു മൂന്നാം കണ്ണിന്റെ വെളിച്ചം വേണം. ഏതു കലയിലും അദ്ഭുതകരമായ പ്രപഞ്ചം ഉണരുന്നത് കലാകാരന്മാർ ഉയർന്ന ധിഷണാധൈര്യം പ്രകടിപ്പിക്കു മ്പോഴും കണ്ടുപിടിച്ചതിനപ്പുറമുള്ള കാഴ്ചയിലേക്കു മാനസികവും ശാരീ രികവുമായ അലഞ്ഞുതിരിച്ചിലിനോട് മനസ്സിന് അവാച്യമായ, ഒരിക്കലും മരിക്കാത്ത, പ്രണയം തോന്നുമ്പോഴുമാണ്. നീർക്കുമിളപോലുള്ള ചെറിയ ലോകങ്ങൾക്കകത്തെ അപഹാസ്യകരമായ ആത്മരതികൾ പൊട്ടിച്ചു വരുക എന്ന പ്രാഥമിക കർമംപോലും ഗൾഫെഴുത്തിൽ സംഭവിക്കുന്നില്ല. ഒരു കമ്മ്യൂണിറ്റി എന്നനിലയിൽ അത് അതിന്റെ ചെറിയ ലോകത്തിൽ ഒതുങ്ങുകയാണ്. അപ്പോൾ അവിടെ മരുഭൂമിയിലെ എം. കൃഷ്ണൻ നായരും ഗൾഫിലെ എം.ടി. വാസുദേവൻനായരും കെ.പി. അപ്പനും മാത്ര മായിത്തീരുകയും എഴുത്തുക്രിയ ചക്രങ്ങളില്ലാത്ത വണ്ടിയിലെ ദൂര യാത്രയും യാത്രയുടെ പ്രതീതിവത്കരണവും അതിന്റെ ബാലിശമായ സ്തംഭനാവസ്ഥയും മാത്രമായിത്തീരും. ഗൾഫിൽ എത്ര മലയാളികളുണ്ട് എന്നതിന് ഒരു നോട്ടുബുക്കിൽ കുറ്റിപ്പെൻസിൽകൊണ്ടുപോലും എഴുതിവെച്ചിട്ടില്ലാത്ത ഇന്ത്യ എന്ന രാജ്യം കാണിക്കുന്ന ഉദാസീനഭാവ ങ്ങൾക്കൊപ്പം എഴുത്തിനും യഥേഷ്ടം സഞ്ചരിക്കാവുന്നതാണ്! ∎

മറുജീവിതം

യാത്രികാ, ഞങ്ങളെ അനാഥനാക്കി കടന്നുപോകല്ലേയെന്ന് ഒരു ആംഗലേയ കവിതയിൽ കാല്പാടുകൾ വിലപിക്കുന്നുണ്ട്.

മരുഭൂമിയിലെ കാല്പാടുകൾ പക്ഷേ, കാലം നിരന്തരം മായ്ച്ചു കളയുന്നു.

എന്റെ കാല്പാടുകളെ ആരാണ് മായ്ച്ചുകളയുന്നതെന്ന് ബഷീർ.

നിരന്തരമായ മാറ്റത്തിനു വിധേയമായിക്കൊണ്ടിരിക്കുകയാണ് ഇന്നു ഗൾഫുകാരൻ. നാലു പതിറ്റാണ്ടുമുമ്പ് ലോഞ്ചിൽവന്നിറങ്ങിയ പ്രവാസിയല്ല ഇന്നത്തെ ഗൾഫുകാരൻ. കാഴ്ചയുടെയും മത്സരത്തിന്റെയും അതിജീവിതത്തിന്റെയും ചിത്രങ്ങൾ വേറേയാണ്.

പുറത്തുനിന്നു നോക്കിയാൽ അവന്റെ ജീവിതം വളരെ പുരോഗമിച്ചിരിക്കുന്നു എന്നുകാണാം. എന്നാൽ വാസ്തവത്തിൽ അടയിരിക്കുന്ന കിളി പക്ഷേ, ദുഃഖത്തിന്റെ ശീലുകൾ നിരന്തരം പാടുന്നതെന്തുകൊണ്ട്!

ബി

786

ഒബിയില്ലാഹി തൗഫീഖ്. എനിക്ക് ഇഹത്തിലും പരത്തിലും വേണ്ടുകയായ മകൻ ജമാൽ വായിച്ചറിയുവാൻ ഉമ്മ എഴുതുന്നതെന്തെന്നാൽ നീ അയച്ച പൈസയും കത്തും ഇന്നലെ കിട്ടി ബോധിച്ചു. നിനക്കു സുഖമാണെന്നറിഞ്ഞ് ഇലാഹിനോടു സ്തുതി പറയുന്നു... അൽ ഹംദുലില്ലാഹ്!

രണ്ടര പതിറ്റാണ്ടുമുമ്പ് മലബാറിലെ ഒരു ഉമ്മ തന്റെ മകനു ഗൾഫിലേക്കയച്ച ഈ കത്ത് ഇന്ന് ആർക്കൈവ്സിന്റെ ഭാഗമാണ്. വിരഹത്തിന്റെയും അനാഥത്വത്തിന്റെയും അനിശ്ചിതത്വത്തിന്റെയും വേദനയിൽ ചാലിച്ച ആ കത്തിലെ ഭാഷയാകട്ടെ ഫോക്‌ലോറിന്റെ ഭാഗവുമായി.

ഒന്നു വിരൽ ചലിപ്പിച്ചാൽ പ്രിയപ്പെട്ടവരുടെ ശബ്ദം കർണ്ണപുടങ്ങളിൽ നിറയുകയായി. ദിവസം രണ്ടും മൂന്ന് ഫ്ളൈറ്റുകൾ എപ്പോഴും റെഡി.

പണം മാത്രമുണ്ടായാൽ മതി. സാങ്കേതികത മാനുഷികബന്ധങ്ങളുടെ പരപ്പ് വർദ്ധിപ്പിച്ചു. പക്ഷേ, ആഴം കുറച്ചു.

ദുബായിൽനിന്ന് ഒരു കത്ത് പോസ്റ്റ് ചെയ്താൽ രണ്ടും മൂന്നും ആഴ്ചയോളം നീന്തി നാട്ടിൻപുറത്തെ പോസ്റ്റുമാന്റെ കൈയിലെത്തുന്ന കാലമല്ല ഇത്. പക്ഷേ, ഈ വളർച്ചയ്ക്കിടയിൽ എന്തോ നഷ്ടപ്പെട്ടിട്ടില്ലേ? സൂക്ഷിച്ചുനോക്കിയാൽ കാണാം. മാനുഷികബന്ധങ്ങളുടെ ഊഷ്മളത തന്നെ.

ഫോണിൽ നാം എന്താണു പറയുന്നത്? എപ്പോഴും എന്തോ പറയാൻ വിങ്ങിപ്പൊട്ടി എന്നാൽ പലതും പറഞ്ഞെന്നുവരുത്തി അവസാനിക്കുമ്പോൾ അനുഭവിക്കുന്ന ഒരുതരം അനാഥത്വമുണ്ടല്ലോ, വാക്കുകൾക്ക് അവതരിപ്പിക്കാൻ കഴിയാതെ പോയത്... എന്താണത്? അക്ഷരങ്ങളിൽ ഹൃദയം ചാലിച്ചുചേർത്ത ആ കത്തുകൾ നിർവ്വഹിച്ച ആശയവിനിമയത്തിന്റെ ശക്തി തീർച്ചയായും വേറൊന്നായിരുന്നു.

ആധുനികവത്കരണത്തിന്റെയും ആഗോളവത്കരണത്തിന്റെയും സംഘർഷം വ്യക്തിക്കു നഷ്ടപ്പെടുത്തിക്കൊണ്ടിരിക്കുന്നത് ഭാഷതന്നെയാണ്. എനിക്കു വേദനിക്കുന്നു, ആരുമില്ലാത്തപോലെ തോന്നുന്നു എന്നു പറയാൻ പറ്റാത്തവിധം അവൻ മ്ലാനനാക്കപ്പെട്ടിരിക്കുന്നു. സൂക്ഷിച്ചുനോക്കിയാലറിയാം, ഗൾഫുകാർക്കിടയിൽ മനോരോഗവും വിഷാദരോഗവും വർദ്ധിച്ചു വർദ്ധിച്ചു വരുന്നു. ഇതു ഞാൻ പറയുന്നതല്ല, കേരളത്തിലെ മനഃശാസ്ത്രജ്ഞന്മാരുടെ ആശങ്കയാണ്.

അനുഭവത്തിന്റെ അന്യവത്കരണം

ഗൾഫുകാരൻ നാട്ടിൽ നേരിടുന്ന ഏറ്റവും വലിയ വിഷയം അനുഭവപരമായി അന്യവത്കരണമാണ്. 1990ൽ ഗൾഫിലേക്കു വണ്ടികയറിയ പ്രവാസിയുടെ നാടിനെക്കുറിച്ചുള്ള ബോധം പലപ്പോഴും അതേ വർഷമായി സ്തംഭിച്ചുനിൽക്കുകയാണ്. 2009ൽ നാട്ടിലേക്കെത്തുമ്പോൾ അയാളുടെ ഉപബോധമനസ്സിൽ നാടിനെപ്പറ്റി 1990ന്റെ രൂപവും സങ്കല്പവുമാവുമ്പോൾ പലപ്പോഴും ബുദ്ധിയുടെ പമ്പരം കറങ്ങലായി അതു മാറുന്നു.

നാടു മാറിയതറിയാതെ അവൻ അതേ കുളത്തിൽ കുളിക്കുകയും അതേ നിരത്തിൽ സഞ്ചരിക്കുകയും ചെയ്യുന്നു. ഫലമോ കുളിച്ചു വൃത്തിയാവാതിരിക്കുകയും സഞ്ചരിച്ചെത്താതിരിക്കുകയും ചെയ്യുന്ന വിഷമസന്ധിയിലാവുന്നു അവൻ. ഗൾഫുകാരന്റെ സമ്പാദ്യങ്ങൾ കൊള്ളയടിക്കാനും അവനെ തെറ്റിദ്ധരിപ്പിക്കാനും നാട്ടിലുള്ള ക്രിമിനലുകൾക്ക് എളുപ്പം കഴിയുന്നു. ഗൾഫുകാരന്റെ പ്രശ്നങ്ങളെപ്പറ്റി പറയുമ്പോൾ അനുഭവപരമായ ഈ മിസ്സിങ്ങിനെക്കുറിച്ച് ആരും എടുത്തുപറയാറില്ല.

സാമൂഹികപരമായിമാത്രമല്ല, കുടുംബബന്ധങ്ങൾക്കിടയിലും ഇതു സൃഷ്ടിക്കുന്ന ആഘാതങ്ങളും വിടവുകളും വളരെ വലുതാണ്. അതിന്റെ

ഏറ്റവും വലിയ ഇരകളായി സ്വന്തം മക്കൾ മാറിപ്പോകുന്നതാണ് ഗൾഫുകാരന്റെ ഏറ്റവും വലിയ ദുരന്തം.

ഗൾഫിൽ വിയർത്തൊലിച്ചും അടിസ്ഥാനസൗകര്യങ്ങളെയും ചോദനകളെയും അടിച്ചമർത്തി അവനുണ്ടാക്കിയ പണം നാട്ടിൽ മക്കളെ അലസരാക്കാനും തിരുത്തൽവാദികളാക്കാനുമാവുമ്പോൾ അവന്റെ ജന്മം പാഴ്മരുഭൂമി മാത്രമായിപ്പോകുന്നു. ഗൾഫുകാരന്റെ മക്കൾ ബന്ധം വലിയ ആന്തരിക സംഘർഷങ്ങളുടെ വിളനിലമായി മാറിപ്പോകുന്നു. പിതാവിന്റെ സ്വപ്നങ്ങളുടെ ആവിഷ്കാരമായി വരേണ്ട മക്കൾ തീവ്രവാദ രാഷ്ട്രീയത്തിന്റെയും മദ്യപാനാസക്തിയുടെയും പ്രതിനിധികളായി മാറുമ്പോൾ തകർന്നുപോകുന്നത് അവന്റെ ഹൃദയമല്ലാതെ മറ്റൊന്നുമല്ല.

മക്കളെ മനസ്സിലാക്കാൻ കഴിയാതെ പോകുന്നതുപോലെതന്നെ പ്രധാനപ്പെട്ട മറുഭാഗമാണ് പിതാവിനെ മനസ്സിലാക്കാതെ പോകുന്ന മക്കൾ എന്നതും.

തന്റെ പിതാവ് മരുഭൂമിയിലെ ഏകാന്തവാസത്തിൽ എന്താണു പരിത്യജിക്കുന്നതെന്ന് അവനെ പഠിപ്പിക്കാനും ഓർമ്മിപ്പിക്കാനുമുള്ള ഏറ്റവും വലിയ മാധ്യമം തീർച്ചയായും നാട്ടിലെ അമ്മമാർതന്നെയാണ്. അവർക്കിടയിലുള്ള ആശയവിനിമയാലസതകളും വിടവുകളും വരാൻ പോകുന്ന കാലത്ത് ദുരന്തത്തിന്റെയും നൈരാശ്യത്തിന്റെയും വൻകുഴിബോംബുകളാണ് ഉള്ളടക്കംചെയ്യുന്നത്.

അനുഭവത്തിന്റെ അന്യവത്കരണം ഭാവിജീവിതത്തിൽ ആഞ്ഞടിക്കുന്ന കൊടുങ്കാറ്റായി അങ്ങനെ മാറുന്നു.

നിശ്ശബ്ദരായി നിൽക്കുന്ന സാമൂഹികശാസ്ത്രജ്ഞർ

ഗൾഫുകാരനെ അവഗണിക്കുന്നു എന്ന മുറവിളിയുടെ ലിസ്റ്റിൽ പെടാത്ത ഒന്നുണ്ട്. നാട്ടിലെ സാമൂഹികശാസ്ത്രജ്ഞരുടെ ഗൾഫുകാരനുമേലുള്ള കുറ്റകരമായ മൗനം! ഗൾഫുമണിപോലെ കേരളീയ ജീവിതത്തിന്റെ സമസ്ത സാംസ്കാരിക മേഖലയെയും അട്ടിമറിച്ച ഒന്നു വേറേ ഉണ്ടായിട്ടില്ല. അതു സാമ്പത്തികമായ നവോത്ഥാനംമാത്രമല്ല, സമസ്ത മേഖലകളിലുമാണ്. ഗൾഫുമണിയുടെ പ്രഭാവം കടന്നുചെല്ലാത്ത ഒരിടവും കേരളത്തിലില്ല. ഗൾഫുകാരൻ നഗരത്തെ മാത്രമല്ല, ഗ്രാമത്തെയും പുതുക്കിപ്പണിതു. കെട്ടിടങ്ങൾ അതിന്റെ സംസാരിക്കുന്ന സ്മാരകങ്ങളായി. പക്ഷേ, സംസാരിക്കാത്തതും അന്തർലീനമായിരിക്കുന്നതുമായ ഒട്ടേറെ സാമൂഹികപ്രശ്നങ്ങൾ ഗൾഫുമണിയോടനുബന്ധിച്ചു നാട്ടിലുണ്ടായിട്ടുണ്ട്. ഏറെ ഗുണങ്ങളും നന്മകളും അത് ഉത്പാദിപ്പിച്ചു. കുറച്ച് ചീത്തത്തങ്ങളും. ഈ ചീത്തത്തങ്ങൾ ഗൾഫുകാരനുണ്ടാക്കിയ തല്ല, നാട്ടിലുള്ളവരുടെ സംഭാവനയാണ്. ഗൾഫുകാരന് അതിന്റെ പങ്ക് അവന്റെ ഉദാരമനസ്സാണ്. അതിനെ ശിക്ഷിക്കാൻ നമുക്കാവില്ലല്ലോ.

കുടുംബബന്ധങ്ങളിലും സാമൂഹികബന്ധങ്ങളിലും അതുണ്ടാക്കിയ ഒട്ടേറെ വഴിപിരിയലുകളും കുഴമറിയലുകളും ഉണ്ടായിട്ടുണ്ട്.

മൂല്യങ്ങളുടെ, മൂല്യസങ്കല്പങ്ങളുടെ കാര്യത്തിൽ സമൂഹം ഒരു വലിയ ജലശേഖരമാണ്. അതിന്റെ ചെറിയ ഓളങ്ങൾപോലും എല്ലായിടത്തെയും സ്പർശിക്കും. ഗൾഫുമണി കേരളത്തിന്റെ സാമൂഹികമനസ്സിനെ എവ്വിധമാണ് മാറ്റിത്തീർത്തതെന്നോ കരുതേണ്ട മുൻകരുതലുകളെന്തൊക്കെയെന്നു പഠിപ്പിക്കാനും സർക്കാർ ശമ്പളം പറ്റിനിൽക്കുന്ന ഉത്തരവാദിത്തപ്പെട്ട ഒരു സാമൂഹിക മനഃശാസ്ത്രജ്ഞനും മുതിരുന്നില്ല. ഗൾഫുകാർക്കു മാത്രമായി, ഗൾഫ് കുടുംബങ്ങൾക്കായി കൗൺസിലിങ് സെന്ററുകളും ബോധവത്കരണ ക്ലാസ്സുകളും സംഘടിപ്പിക്കേണ്ടവരാണവർ. അങ്ങനെയൊന്നുള്ളതായി ഗൾഫുകാരനും അങ്ങനെ വല്ലതും ചെയ്യേണ്ടതുണ്ടെന്നു സാമൂഹികശാസ്ത്രശാഖയും വിചാരിക്കുന്നില്ല.

അദ്ഭുതകരമെന്നു പറയട്ടെ മാനവശേഷിയുമായി ബന്ധപ്പെട്ട വിദേശനാണ്യവരവിനെ കേരളത്തിലെ സാമ്പത്തികവിദഗ്ധർ ഒറ്റ അടരിലാണ് ചേർത്തുവച്ചിരിക്കുന്നത്. യൂറോപ്യൻ അമേരിക്കയിലെ കുടിയേറ്റവും ഗൾഫ് പ്രവാസവും തമ്മിൽ ഒരേ അച്ചിൽ വാർക്കാനാണ് അവരുടെ ശ്രമം. സാഹചര്യങ്ങൾ, വിദ്യാഭ്യാസനിലവാരം, സാമ്പത്തികസ്ഥിതി തുടങ്ങിയ ഒട്ടേറെ കാര്യങ്ങളിൽ അമേരിക്കയിലേക്കും യൂറോപ്പിലേക്കും കുടിയേറുന്നവനുമായി ഗൾഫുകാരനു വലിയ വ്യത്യാസങ്ങളുണ്ട്. ഗൾഫിലേതുപോലെയല്ല, അതു കുടിയേറ്റംതന്നെയാണ്. അമ്പതുകളിൽ മധ്യതിരുവിതാംകൂറിൽനിന്നും മലബാറിലേക്കു കുടിയേറിയ അതേ സാഹചര്യങ്ങൾ വലിയൊരളവിൽ അമേരിക്കൻ യൂറോപ്യൻ കുടിയേറ്റത്തിലുണ്ട്.

ഈ രണ്ടു കുടിയേറ്റവും നങ്കൂരം എന്ന പ്രതീകത്തെ പ്രതിനിധീകരിക്കുമ്പോൾ ഗൾഫുകാരന്റെ പ്രതീകം കെട്ടിവച്ച പെട്ടിയാണ്. എപ്പോഴും നാട്ടിലേക്കു പോകേണ്ടിവരുന്ന ഗൾഫുകാരനും അഞ്ചോ ആറോ വർഷംകൊണ്ട് ഗ്രീൻകാർഡും പൗരത്വവും ലഭിക്കുന്ന അമേരിക്കൻ യൂറോപ്യൻ കുടിയേറ്റക്കാരനും ഒന്നല്ല രണ്ടുതന്നെയാണ്. എന്നാൽ ഇവ രണ്ടിനെയും ഒന്നെന്നു പറയുകയും അതു നിരന്തരം ആവർത്തിക്കുകയും ചെയ്യുന്ന സാമ്പത്തികശാസ്ത്രജ്ഞരുടെ അജണ്ട സംശയാസ്പദമാണ്.

എൺപതുകളുടെ ആദ്യപകുതിയിൽ ഗൾഫിലേക്കുവരുന്ന മലയാളികളുടെ മനഃസംഘർഷം വിസയുടെയും തൊഴിൽസമ്പാദനവുമായി ബന്ധപ്പെട്ടതുമാണ്. ഇന്നു പക്ഷേ, ഈ സംഘർഷം നിലനിൽക്കുന്നതോടൊപ്പം പുതിയൊരു സംഘർഷവും നിലവിൽ വന്നിരിക്കുന്നു. അതു നാട്ടിലേക്കു തിരിച്ചുപോകുന്നവന്റേതാണ്. എവിടെ എങ്ങനെ തന്റെ ജീവിതത്തെ പുനഃപ്രതിഷ്ഠിക്കണം എന്ന ആധി തന്റെ വാർദ്ധക്യകാലത്തെ നരകതുല്യമാക്കി മാറ്റുമെന്ന് ഗൾഫുകാരൻ ഭയപ്പെടുന്നു.

എൺപതുകളിൽ ഇങ്ങനെയൊരു സമ്മർദ്ദം ഗൾഫിലുണ്ടായിരുന്നില്ല. മാറിയ നാടും മനുഷ്യരും റിട്ടയേർഡ് ഗൾഫുജീവിതത്തെ സംഘർഷഭരിതമാക്കുന്നു. പുതിയ ഇടത്തെ ജീവിതം അവന്റെ സിരകളെ ചൂടുപിടിപ്പിക്കുന്നു, എന്നത് ശാന്തമായ, എന്നാൽ ക്രൂരമായ സത്യമാണ്. ദീർഘകാലത്തെ ഏകാന്തവാസം ശരീരത്തിനും മനസ്സിനും ഏല്പിച്ച പരിക്കുകളുടെ വിലയിടാൻ ഇന്നേവരെ ഒരു സർക്കാർ സംവിധാനവും ശ്രമിച്ചിട്ടില്ല. ഗൾഫിലേക്കുതന്നെ ഇയാൾ തിരിച്ചുപോയെങ്കിൽ എന്ന് ആഗ്രഹിച്ചുപോകുന്ന ബന്ധുക്കൾമാത്രമാണ് നാട്ടിൽ കാത്തിരിക്കുന്നത് എന്ന് ഈ പറഞ്ഞതിനർത്ഥമില്ല.

ശാരീരികമായ പുനർകുടിയേറ്റത്തെക്കാൾ മാനസികമായ 'അൺസെറ്റിൽഡ് സ്ട്രെക്ചർ' ആണ് മടങ്ങുന്ന ഗൾഫുകാരന്റെ മുഖ്യപ്രശ്നം. കുറെക്കാലമായി പരിചരിച്ചിരുന്ന ശീലങ്ങൾ, സാമൂഹികശീലങ്ങൾ, നിരന്തരം വേട്ടയാടുന്ന ധാരണാപ്പിശകുകൾ (എന്തിനേറെ ലെഫ്റ്റ് ഡ്രൈവിൽ നിന്ന് മലയാളി നാട്ടിലെത്തുമ്പോൾ റൈറ്റ് ഡ്രൈവിങ്ങിലേക്കു മാറുന്നതുപോലും സമയമെടുത്തു സംഭവിക്കുന്നതാണ്.) ഗൾഫിലെ ഉദാരമതികളായ ട്രാഫിക് പൊലീസുകാരനെ കണ്ടു ശീലിച്ച കണ്ണുകൾ അപരിഷ്കൃതമനസ്സുമായി നില്ക്കുന്ന നാട്ടുപൊലീസിനോടു സംവദിക്കുന്ന രീതിയിലും സ്ഥലജലഭ്രമങ്ങൾ വന്നുപെടുന്നുണ്ട്. ഭാഷയിൽ, സമീപനങ്ങളിൽ ഇന്നലെവരെ പുലർത്തിയ ശീലങ്ങൾ അവന്റെ നാട്ടിലേക്കുള്ള മടക്കയാത്രയിൽ ഏറെ സഹായങ്ങളൊന്നും ചെയ്യുന്നില്ല.

പ്രവാസിയെഴുത്ത് എന്തുകൊണ്ടു സംഭവിക്കുന്നില്ല എന്നത് ഗൾഫ് എഴുത്തുകാർക്കിടയിൽ എപ്പോഴും ഒരു ചർച്ചാവിഷയമാണ്. അന്തരിച്ച കഥാകൃത്ത് ടി.വി. കൊച്ചുബാവ മുതലിങ്ങോട്ട് എത്രയോ പേർ ഇതേപ്പറ്റി ആലോചിച്ചിരുന്നു. മൂന്നു നാലു പതിറ്റാണ്ടുകൾ ജീവിച്ച ഒരു സമൂഹം തീർച്ചയായും ഗൾഫിനെ രേഖപ്പെടുത്തേണ്ടതുതന്നെയാണ്. എന്തുകൊണ്ട് ഇതു കാര്യമായി സംഭവിക്കുന്നില്ല? ബെന്യാമിന്റെ 'ആടുജീവിതം' പോലുള്ള നോവലുകളെ മറന്നുകൊണ്ടല്ല ഇതു പറയുന്നത്. മുഖ്യധാരാസാഹിത്യത്തെ പിടിച്ചുലയ്ക്കുന്ന അതിന്റെ ചർച്ചാവിഷയങ്ങളിൽ കൊടുങ്കാറ്റുകൾ അഴിച്ചുവിട്ട് ഒരു കൃതിയും ഉണ്ടായില്ല എന്നത് അമ്പരിപ്പിക്കുന്ന രഹസ്യംതന്നെയാണ്. പറയാവുന്ന മറുപടി ഇതാണ്. ഗൾഫിൽ ജീവിക്കുമ്പോൾ മലയാളി കേരളീയനാണ്!

ഇവിടത്തെ മണ്ണിൽ പ്ലാസ്റ്റിക്പോലെ അയാൾ അലിഞ്ഞുചേരാതെ നിൽക്കുന്നു. ഇതവന്റെ മണ്ണല്ല, മണ്ണല്ല എന്ന് ആരോ എപ്പോഴും വിളിച്ചുകൂവിക്കൊണ്ടിരിക്കുന്നു. ഫലമോ, ഒരു അയഥാർത്ഥ ലോകത്തെ (Virtual world) ജീവിതമായി അതു തീരുന്നു. സാമ്പത്തികബന്ധം മാത്രമാണ് ഗൾഫുകാരന്റെ പ്രവാസകാല ജീവിതം. ഒരുതരത്തിലുള്ള കൊള്ളക്കൊടുക്കലുകൾക്കും (interactions) അതു വഴിമരുന്നിടുന്നില്ല. അത്തരമൊരു മണ്ണിൽ എഴുത്തുകാരൻ ഗൾഫിലിരുന്നും നാടിനെപ്പറ്റിത്തന്നെ എഴുതിക്കൊണ്ടിരിക്കുന്നതിൽ അദ്ഭുതമേതുമില്ല!

കൃത്രിമമായി രൂപപ്പെടുത്താവുന്ന സാധ്യതകൾ സാഹിത്യത്തിലും കലയിലുമുണ്ട്. ഇത്തരം സിന്തറ്റിക് ഉത്പന്നങ്ങൾ കാഴ്ചയിൽ സ്വാഭാവികമായിരിക്കും. പക്ഷേ, അതു താത്ക്കാലികമായ വർണ്ണങ്ങൾ മാത്രമായിരിക്കും സമൂഹത്തിനു നൽകുക. എത്ര കടുംവർണ്ണമായാലും അതു കാലത്തിന്റെ വെയിലിൽ പെട്ടെന്നു മങ്ങിപ്പോകും. തലമുറകളിലൂടെ സഞ്ചരിക്കാൻ കലകൾക്കും സാഹിത്യത്തിനും കഴിയുന്നതിന്റെ കാരണം അതു സ്വാഭാവികമായി പിറവിയെടുത്തതിനാലാണ്. അസ്വഭാവികമായ ഒരു ജീവിതപ്രദേശത്ത് ഫാന്റസികളുടേതായ തല തിരിച്ചലുകൾക്കു മാത്രമാണ് സാധ്യത. എന്നാൽ പ്രതിഭകൊണ്ടുള്ള അത്തരം വെല്ലുവിളികൾ എന്തുകൊണ്ടോ സംഭവിച്ചതുമില്ല.

ഇത്രയും പറഞ്ഞത് ഗൾഫെഴുത്ത് ഉണ്ടാവാത്തതിന്റെ കാരണം തിരഞ്ഞുപോയാൽമാത്രം മതി, മലയാളിജീവിതത്തിന്റെ ഗൾഫു കാണ്ഡത്തിന്റെ യഥാർത്ഥ സത്തയും സത്യവും അറിയാൻ.

ഗൾഫുകാരന്റെ പ്രശ്നങ്ങളുമായി ബന്ധപ്പെട്ട സർക്കാർ സംരംഭങ്ങളുണ്ട്. പക്ഷേ, അവയുടെ സങ്കല്പങ്ങളും ഭാവനകളും വളരെ പരിതാപകരമാണ്. സർട്ടിഫിക്കറ്റ് അറ്റസ്റ്റേഷൻപോലുള്ള കാര്യങ്ങൾ അത് ഏറെ അനായാസമാക്കി എന്നതു ശരിയാണെങ്കിലും വ്യാപ്തിയിലുള്ള ആലോചനയോ ഭാവനയോ ഗൾഫുകാരനുമായി ബന്ധപ്പെട്ട് അതു പുലർത്തുന്നുണ്ടോ? ഗൾഫുകാരന്റെ പ്രശ്നങ്ങൾ തീർക്കാൻ എന്താണു ചെയ്യാൻ പോകുന്നതെന്ന ചോദ്യത്തിന് ഒരു പ്രവാസകാര്യമന്ത്രി ദുബായിലെ പത്രസമ്മേളനത്തിൽ പറഞ്ഞത് ഒരു സീരിയലെടുക്കാൻ പോകുന്നു എന്നാണ്! ഗൾഫുകാരന്റെ പ്രശ്നങ്ങളെ ചർച്ച ചെയ്യാനാണ് സീരിയലെടുക്കുന്നതെന്നു തെറ്റിദ്ധരിക്കയൊന്നും വേണ്ട. പിന്നെ എന്തിനാണെന്നോ, സാമ്പത്തിക ലാഭം ഉണ്ടാക്കി സ്ഥാപനത്തിനു ഫണ്ടുണ്ടാക്കാൻ!

ഭാവനാശൂന്യതയുടെ ആ തലച്ചോറിൽ ഗൾഫുകാരന്റെ പ്രശ്നം എത്ര ചെറുതാണ്! സത്യത്തിൽ നമ്മുടെ രാജ്യം അഭിമുഖീകരിക്കുന്നത് പണത്തിന്റെ ദാരിദ്ര്യത്തേക്കാൾ ഭാവനയുടെ ദാരിദ്ര്യമല്ലേ? നല്ല രീതിയിലുള്ള ഒരു പഠനം, ആലോചന ഗൾഫുകാരുടെ പുനരധിവാസവുമായി ബന്ധപ്പെട്ട് സർക്കാർ ഭാഗത്തുനിന്നുണ്ടാവുന്നില്ല. കെട്ടിവച്ച പെട്ടിക്കു മുന്നിൽ അടയിരിക്കുന്ന അവന്റെ സഹനത്തെക്കുറിച്ച് ഈ അതിഥികൾക്ക് എന്തറിയാൻ?

മന്ത്രിയുടെ ആ പത്രസമ്മേളനത്തിൽ മിഡിൽഈസ്റ്റിൽ എത്ര ഗൾഫു മലയാളികൾ ജോലിചെയ്യുന്നുണ്ടെന്നറിയാൻ എന്താണ് വഴിയെന്നു പത്രപ്രവർത്തകർ ചോദിച്ചപ്പോഴും കിട്ടിയ മറുപടി രസാവഹമായിരുന്നു. കണക്കുകളൊന്നും സർക്കാർ സൂക്ഷിക്കുന്നില്ല. മറ്റു രാജ്യക്കാരേക്കാൾ ഗൾഫിലേക്കുവരുന്നത് നമ്മളാണെന്നറിഞ്ഞാൽ അതു ബാധിക്കും?

മനുഷ്യനെ കാണുന്ന രീതിയാണിത്. ഭാവനയുടെ ശ്മശാനത്തിൽ നിന്ന് ഏതുതരം കായ്കനികളെയാണ് പ്രതീക്ഷിക്കേണ്ടത്.

ഭാവന ഒരു പുഷ്പകവിമാനം

മുമ്പൊരിക്കൽ ഗൾഫിൽനിന്നിറങ്ങിയ ഒരു മാസികയിൽ എഴുത പ്പെട്ടു- ഗൾഫുകാരനെ പട്ടാളക്കാരനായി കണക്കാക്കുകയും അവർ ക്കുള്ള എല്ലാ ആനുകൂല്യങ്ങളും നല്കണമെന്നും. പതിവുപോലെ ഒരു ചർച്ചയും അതിനെച്ചൊല്ലിയുണ്ടായില്ല. സ്വന്തം ജീവിത ദുരിതങ്ങളുടെയും സംഘർഷത്തിന്റെയും കാരണംപോലും തിരിച്ചറിയാതെപോകുന്ന പാവ ങ്ങളാണ് ഗൾഫുകാരിലധികം പേരും. തന്റെ വിധിയും നിയോഗവുമായി ദുരിതങ്ങളെ കണക്കാക്കുകയും അതിന്റെ നുകത്തിൽ കെട്ടിയ കാള കളായി മുന്നോട്ടുപോകുകയും ചെയ്യുന്നവരാണ് അതിലധികവും. ഗൾഫു കാരെ പ്രവാസികളായിട്ടല്ല സത്യത്തിൽ വിവക്ഷിക്കേണ്ടത്. സാമ്പത്തിക അഭയാർത്ഥികളായിട്ടാണ്. ഗൾഫുകുടിയേറ്റത്തിന്റെ പച്ചയായ യാഥാർ ത്ഥ്യത്തെ പ്രതിനിധാനം ചെയ്യാൻ കഴിവുള്ള ഏറ്റവും ഉചിതമായ പദം അതുതന്നെയാണ്.

നിരന്തരമായ കോളനിവത്കരണത്തിലും അതിന്റെ ആഭ്യന്തരാ സ്തിത്വക്ഷയത്തിലും തകർന്നുപോയ ഒരു നാട് അഞ്ഞൂറ് വർഷത്തെ കോളനീകരണത്തിനുശേഷം നമുക്കു കൈമോശംവന്ന ഏറ്റവും വലിയ സമ്പത്ത് നമ്മുടെ ഭാവനാശേഷിതന്നെയാണ്. നാട്ടുരാജ്യങ്ങളും ജാതീ യതകളും ഗോത്രങ്ങളുമായി ശിഥിലീകരിക്കപ്പെട്ട ഒരു രാജ്യത്തിനു ചിന്താപരമായ ആധുനികതയെ പുൽകാനായില്ല. ആവശ്യത്തിനു പ്രകൃതിവിഭവങ്ങളുണ്ടായിട്ടും മനുഷ്യശേഷിയുണ്ടായിട്ടും അത് ഉപയോ ഗിക്കത്തക്കവിധമുള്ള ആലോചനകൾ ഉണ്ടായില്ല. സ്വന്തം നാട്ടിൽനിന്നു നേരത്തേതന്നെ ജൈവപരമായ അന്യവത്കരണത്തിന് അവൻ വിധേയ മായി. ഗൾഫ് കുടിയേറ്റങ്ങൾ ഈ ദൗർബല്യത്തിനു കൂടുതൽ ദൗർ ബല്യം പ്രദാനംചെയ്തു.

ഭാവനയുടെ പരിമിതി ഒരു നാടിന്റെ പരിമിതിയായി നാം കാണുക യാണ്. ഭാവനയാണ് ഒരു സമൂഹത്തിന്റെ പുരോഗതിയുടെ അടിത്തറ. ആദ്യം പുഷ്പകവിമാനമാണുണ്ടാവുന്നത്. പിന്നീട് എത്രയോ നൂറ്റാണ്ട് കഴിഞ്ഞ് ആ ഭാവന കാലദേശങ്ങൾ പിന്നിട്ട് ലിയനാർഡോ ഡാവി ഞ്ചിയും തുടർന്ന് റൈറ്റ് സഹോദരന്മാരും ഏറ്റെടുക്കുകയാണ്. അതല്ലാതെ നേരേ വിമാനമുണ്ടാവുകയല്ല. പുരോഗതിയെക്കുറിച്ചുള്ള ഏറ്റവും അടിസ്ഥാനമായ ഘടകമാണത്. ആ നിലയിൽ ഗൾഫുകാരന്റെ പുനരധിവാസവുമായി ബന്ധപ്പെട്ട് എന്തു ഭാവനകളാണ് നമുക്കിടയി ലുള്ളതെന്നു പരിശോധിക്കാൻ സമയം വൈകിയിരിക്കുന്നു.

ഒഴിഞ്ഞ ബെഡ്സ്പെയ്സ് പരതുന്ന മലയാളി അത്തരം ആലോ ചനകൾക്കുകൂടി സമയം കണ്ടെത്തേണ്ടതുണ്ട്. ∎

കുലീനമായ അകലം പാലിക്കുന്ന അറബികൾ

ജീവിതോപാധിയുമായി ബന്ധപ്പെട്ട് മലയാളികൾ ആശ്രയിക്കുന്നതു മുഖ്യമായും ആറ് അറബിരാജ്യങ്ങളെയാണ്. ആറ് രാജ്യങ്ങളും പല നിലയ്ക്കും വ്യത്യസ്തവുമാണ്. ഏറ്റവും ആധുനികമായ സിറ്റിയും മറ്റു സംവിധാനങ്ങളുമുള്ള സ്ഥലമാണ് യു.എ.ഇ. പ്രവാസിയായി ആറുവർഷ ത്തോളം ഞാൻ കഴിഞ്ഞുകൂടിയത് യു.എ.ഇ. യിലാണ്. 2004ന്റെ അവ സാനത്തിൽ ഞാൻ ഖത്തറിൽ പോകുമ്പോൾ, ഏറ്റവും സമ്പത്തുള്ള രാജ്യമായിട്ടുപോലും അതിനനുസരിച്ച സൗകര്യങ്ങൾ അവിടെ വന്നു തുടങ്ങിയിരുന്നില്ല. പിന്നീട് ഏഷ്യാഡ് സംഘാടനം ഖത്തർ ഏറ്റെടുത്ത പ്പോൾ ഗതാഗതവികസനത്തിൽ ഒരു കുതിച്ചുചാട്ടംതന്നെ ആ രാജ്യം നടത്തി.

ഒമാൻ ഒരു സൗമ്യരാജ്യമാണ്. അവിടത്തെ അറബികളെക്കണ്ടാൽ നമ്മുടെ വീട്ടിലെ പ്രായമുള്ള വല്യുപ്പയാണെന്നേ തോന്നൂ. അവരുടെ ഉയരം, രൂപം എല്ലാറ്റിലും ഒരു മലയാളിത്തമുണ്ട്. ഒരുപക്ഷേ, കേരളവു മായി ഏറെ അടുത്തുനിൽക്കുന്ന പ്രദേശം കൂടിയായതുകൊണ്ടാകണം ഇങ്ങനെ. സാമ്പത്തികമായി ഉയരത്തിലല്ലാത്ത രാജ്യം കൂടിയാണ് ഒമാൻ. എന്നാൽ അവിടത്തെ റോഡുകൾ, കെട്ടിടങ്ങൾ, മറ്റു സംവിധാനങ്ങൾ വളരെ വൃത്തിയും കുലീനവുമായ രീതിയിലാണ് സംവിധാനിച്ചിരിക്കു ന്നത്.

ബഹ്റൈനിനെ ഒരു ടൂറിസ്റ്റ്സ്വഭാവമുള്ള ഹബ്ബാണെന്നു വിശേഷി പ്പിക്കാം. സൗദിക്കും കുവൈത്തിനും വേറൊരു സാംസ്കാരിക പശ്ചാ ത്തലമാണ്. സൗദിക്ക് രണ്ടു മുഖങ്ങളുണ്ട്. മക്കയും മദീനയുമെന്ന് സൗദിയെ വേർതിരിക്കാം. മദീനയുടെ സൗമ്യത-സാത്വികഭാവം മറ്റു പ്രദേ ശങ്ങൾക്കില്ല. പ്രവാചകൻ പലായനം ചെയ്തത് മദീനയിലേക്കാണ്. ആ ഒരന്തരീക്ഷം ഇപ്പോഴും അവിടെ ഉണ്ട് എന്നാണ് എനിക്കു തോന്നുന്നത്. മക്ക കുറച്ചുകൂടി രൂക്ഷസ്വഭാവമുള്ള സ്ഥലമാണ്.

മലയാളിസമൂഹവുമായി പൊതുവായി ഇണങ്ങിപ്പോകാൻ കഴിയുന്ന സ്വഭാവം ഈ പ്രവിശ്യയിലെ അറബികൾക്ക് ഉണ്ടെന്നു പറയാൻ

കഴിയില്ല. ഇറാഖികൾ മറ്റു രാജ്യക്കാരെ അവരുടെ വീട്ടിലേക്കു ക്ഷണിച്ച് ഭക്ഷണം കൊടുക്കാറുണ്ട്. അങ്ങനെ ആതിഥേയത്വസ്വഭാവമുള്ള പ്രദേശമാണ് അമേരിക്ക ചവിട്ടിക്കുഴച്ചത്. മറ്റ് അറബിരാജ്യങ്ങളിൽ അത്തരത്തിൽ പരസ്പരം ഇടകലർന്നു കിട്ടാൻ പാടാണ്. ബദുക്കളിൽ ആതിഥ്യരീതിയുണ്ടാകും. എന്നാൽ ആധുനികരിലെത്തുമ്പോൾ ഒരു അകലം സൂക്ഷിക്കുന്ന പതിവ് അവർക്കുണ്ട്. അതേസമയം അകലം സൂക്ഷിക്കുമ്പോൾതന്നെ ഒരു കുലീനതയും ആ ബന്ധത്തിൽ നില നിർത്തുന്നു.

സാഹിത്യത്തിൽ ആധുനികതയുടെ മാറ്റങ്ങൾ

ഗോത്രസമൂഹമായ അറബികൾക്ക് അവരുടേതായ സാഹിത്യമുണ്ട്. ആധുനികതയുടെ മാറ്റങ്ങൾ അവരുടെ സാഹിത്യത്തിൽ വന്നുകൊണ്ടിരിക്കുന്നു. പ്രത്യേകിച്ച് യു.എ.ഇ. യിൽ. സൗദിയിൽ സ്ത്രീകൾക്ക് ഒരുപാട് പരിധികളുണ്ട്. എന്നാൽ യു.എ.ഇ. യിൽ സ്ത്രീകൾ സിനിമ പിടിക്കുന്നു. ഷോർട്ട് ഫിലിംസ് ഉണ്ടാക്കുന്നു. അഭിനയിക്കുന്നു. അവാർഡ് കിട്ടുന്നു. സിനിമ പിടിക്കാൻ ഉദാരമായ രീതിയിൽ സർക്കാർതന്നെ ഫണ്ട് കൊടുക്കുകയും ചെയ്യുന്നുണ്ട്. സാഹിത്യം, കല, മറ്റു സാംസ്കാരിക മേഖലകൾ ഇവയിലെല്ലാം വമ്പിച്ച ആധുനികവത്കരണം നടക്കുന്നു. ഉദാഹരണത്തിന്, അടുത്ത കാലംവരെയും അവരുടെ സാഹിത്യം പക്കാ ട്രഡീഷണൽ ലിറ്ററേച്ചറായിരുന്നു. യുദ്ധവും പ്രണയവുമായിരുന്നു അവരുടെ പ്രിയപ്പെട്ട വിഷയം. അതിനെ കേന്ദ്രീകരിച്ചേ അവർക്ക് എന്തെങ്കിലും ചിന്തിക്കാൻതന്നെ കഴിയൂ. സ്വാഭാവികമായും ഒരു ഗോത്ര സമൂഹത്തിന്റെ തുടർച്ചയായിത്തന്നെയാണ് അതു സംഭവിക്കുന്നത്.

പരമ്പരാഗതമായി, വൃത്തനിബദ്ധമായി, അല്ലെങ്കിൽ ആലങ്കാരിക ശാസ്ത്രപ്രകാരം നിർമിച്ചെടുക്കുന്ന ലോക്കലായിട്ടുള്ള വാമൊഴിപ്പാട്ടു പോലുള്ള കവിതാരൂപങ്ങളായിരുന്നു അവരുടെ രചനകൾ. പക്ഷേ, യു.എ.ഇ പോലുള്ള രാജ്യത്തെ പുതുതലമുറയ്ക്കു കിട്ടിയ യൂറോപ്യൻ വിദ്യാഭ്യാസം വമ്പിച്ച തോതിൽ അവരെ അട്ടിമറിച്ചിട്ടുണ്ട്. അവരുടെ കാഴ്ച്ചപ്പാടുകളെ മാറ്റിയിട്ടുണ്ട്. നവീകരിച്ചിട്ടുണ്ട്. അതിന്റെ തുടർച്ചയെന്നോണം അവിടത്തെ ചെറുപ്പക്കാർ ആധുനിക കലാരൂപങ്ങളെ നിരന്തരമായി പരിചയപ്പെടുന്നു. പാരമ്പര്യസാഹിത്യത്തിൽ മാത്രമല്ല. സംഗീതത്തിലും ചിത്രകലയിലും സിനിമയിലും നാടകത്തിലുമൊക്കെ അതിന്റെ മാറ്റം പ്രബലമാണ്.

ഈ മാറ്റത്തിന് ഒരു ഉദാഹരണം പറയാം. 'ശവംതീനി ഉറുമ്പുകൾ' എന്നൊരു നാടകം ഷാർജയിൽ കളിച്ച് വലിയ പ്രശ്നങ്ങളുണ്ടായി. യഥാർത്ഥത്തിൽ അതിൽ ശിക്ഷിക്കപ്പെട്ടതൊക്കെ നിരപരാധികളാണ്. നാടകം കളിച്ചതിന്റെ പേരിൽ പലരും ജയിലിലായി. പക്ഷേ, രണ്ടു പതിറ്റാണ്ട് കഴിയുമ്പോൾ നമ്മൾ കാണുന്ന ചിത്രം മറ്റൊന്നാണ്. ലോകത്തിലെ

ഏറ്റവും നല്ല നാടകതിയേറ്റർ, ലോകത്തിലെ ഏറ്റവും നല്ല ഡ്രാമ ഫെസ്റ്റിവൽ നടക്കുന്നൊരിടം എല്ലാം ഷാർജയായി മാറി. സൗണ്ട്സിസ്റ്റം ഏറ്റവും ആധുനികമാണ്. അതിനൊരു കാരണം അവിടത്തെ ഭരണാധികാരി എഴുത്തുകാരനായ ഒരാളാണ് എന്നതാണ്. ചരിത്രകാരനാണ് അദ്ദേഹം. ആധുനികതയെ ഉദാരമായി സ്വീകരിക്കാൻ പ്രാപ്തിയുള്ള ആളാണ്. കേരളത്തിൽ ഡ്രാമാ സ്കൂളുണ്ട്. പക്ഷേ, നാടകം കളിക്കാൻ നല്ലൊരു സ്റ്റേജില്ലെന്ന വിചിത്രസത്യവുമായി ഇതിനെ ചേർത്തുവായിക്കണം.

സുരക്ഷിതമായ നഗരമാണ് ദുബായ്. ആണും പെണ്ണും പുലർച്ചെ രണ്ടുമണിക്കും മൂന്നിനുമൊക്കെ ഇറങ്ങിനടക്കുന്നു. ആഭ്യന്തര സമാധാനം മികച്ചതാണ്. പക്ഷേ, ഇഴുകിച്ചേരുന്നതിലെ ഒരു വൈമനസ്യം ഇവിടത്തെ അറബികളിലുണ്ട്. ചില അറേബ്യൻ എഴുത്തുകാരുമായി എനിക്കു ബന്ധമുണ്ട്. ഏറ്റവും അടുപ്പമുള്ളത് ശിഹാബ് അൽഗാനമുമായാണ്. ഷാർജ സർക്കാർ ഇറക്കുന്ന ഒരു കവിതാസമാഹാരത്തിലേക്ക് എന്റെ കവിതകൾ ശിഹാബ് അൽഗാനം വിവർത്തനം ചെയ്തിരുന്നു. അദ്ദേഹത്തിന്റെ പുസ്തകം മലയാളത്തിൽ ഡി.സി. ബുക്സ് പ്രസിദ്ധീകരിച്ചിട്ടുണ്ട്. പരമ്പരാഗതവും ആധുനികവുമായ കവിതകൾക്കിടയിലെ മോഡറേറ്റ് കവിതകളാണ് ശിഹാബ് അൽഗാനത്തിന്റേത്. ഇങ്ങനെ അപൂർവം പേരേ മലയാളികളുമായി അടുത്തിടപഴകാൻ സന്നദ്ധത പ്രകടിപ്പിക്കുന്നുള്ളൂ. അല്ലാത്ത എഴുത്തുകാരാകട്ടെ കലാകാരന്മാരാകട്ടെ സിനിമാക്കാരാകട്ടെ അവർ കുലീനമായ ഒരകലം പാലിക്കുന്നു. അതേസമയം അവർ നമ്മളെ നിരീക്ഷിക്കുന്നുമുണ്ട്. മലയാളി തൊഴിലാളികളെക്കുറിച്ച് അവർ കഥകൾ എഴുതിയിട്ടുണ്ട്. നാസറു അൽ ദാഹിരിയുടെ 'ട്രാഫിക്' എന്നൊരു കഥയുണ്ട്. ട്രാഫിക് ബ്ലോക്ക് വരുമ്പോൾ അവിടെ പത്രം വിൽക്കുന്ന മലയാളി സമൂഹത്തെക്കുറിച്ചാണ് ആ കഥ. മനോഹരമായ കഥയാണത്. അതിൽ പരമ്പരാഗത കഥാസാഹിത്യ രീതിയെ ബ്രേക്ക് ചെയ്യുന്നു. അതുപോലെ 'പെപ്സി' എന്നൊരു ഗംഭീര കഥയുണ്ട്. സാമ്രാജ്യത്വത്തിനെതിരേയുള്ള കഥയാണത്. ഞാനുമായി ബന്ധമുള്ള മറ്റൊരാൾ മുഹമ്മദ് അൽമൂർ എന്ന കഥാകൃത്താണ്. ഏറ്റവും ആധുനികമായ കഥകളാണ് മൂറിന്റേത്.

സ്ത്രീ എഴുത്തുകാരുടെ വലിയൊരു മുന്നേറ്റം യു.എ.ഇ. യിൽ നടക്കുന്നുണ്ട്. ഡോ. അസ്മ അൽഫഹ്രി മികച്ച കഥാകാരിയാണ്. ഡി.സി. ബുക്സ് അവരുടെ ഒരു കഥാസമാഹാരം ഇറക്കിയിട്ടുണ്ട്. സ്കാനർ എന്നാണ് പേര്. മറ്റൊരാൾ മറിയം അൽസഹീദിയാണ്. പുതിയ തലമുറയുടെ പ്രതിനിധിയാണ് മറിയം. ഇവരുമായി ഞാൻ ഇടപഴകിയ അപൂർവം സന്ദർഭങ്ങളേ ഉണ്ടായിട്ടുള്ളൂ. ഗവൺമെന്റിന് അതിനുള്ള ചില സംവിധാനങ്ങളുണ്ട്. അബുദാബിയിലെ കൾച്ചറൽ സെന്റർ അത്തരമൊരിടമാണ്. ലോകപ്രശസ്തരായ സംഗീതജ്ഞർ അവിടെ ഉപകരണ

സംഗീതം വായിക്കുന്നു. ചെറിയ സദസ്സാണെങ്കിലും കുലീനമായതാണ്. പരമ്പരാഗത സാഹിത്യസങ്കല്പങ്ങളിൽനിന്നു മുക്തമായി ആധുനികതയുടെ ഒരു ടേണിങ്പോയിന്റ് അറബികളുടെ സംസ്കാരത്തിൽ, സാഹിത്യം, ചിത്രകല, സിനിമ, സംഗീതം, പെണ്ണെഴുത്ത് ഇവയിലൊക്കെ പരിവർത്തനങ്ങൾ ഉണ്ടായിത്തുടങ്ങുന്ന കാലത്താണ് ഞാൻ ദുബായിയിൽ ഉണ്ടായിരുന്നത്. ഇതു വൈദേശിക വിദ്യാഭ്യാസത്തിന്റെ ഫലമായി ഉണ്ടായതാണ്. ഏറ്റവും കുലീനമായ പർദ്ദ ധരിക്കുമ്പോൾതന്നെ അതിനകത്ത് അവർ ധരിക്കുന്നത് ബ്രാൻഡഡ് ജീൻസും ടോപ്പുമാണ്. ഇതു മാറുന്ന അറേബ്യൻ സംസ്കാരത്തിന്റെ സിംബലായി എടുക്കാവുന്നതാണ്. എണ്ണ എന്ന ഐശ്വര്യം വന്നതോടെ യൂറോപ്യന്മാരുടെ വരവുണ്ടായി. അതിന്റെ തുടർച്ചതന്നെയാണ് ഈ സാംസ്കാരിക മാറ്റവും. പരമ്പരാഗത വേഷം ഉപേക്ഷിക്കാൻ അവർ തയ്യാറായിട്ടില്ല. എന്നാൽ അതിൽ മാറ്റം വരുമെന്നാണ് പ്രതീക്ഷിക്കുന്നത്.

യു.എ.ഇ. യിൽ പാരമ്പര്യ അംശങ്ങൾ നിലനിർത്തിക്കൊണ്ടുതന്നെ കലാസങ്കല്പങ്ങളെ ആധുനികവത്കരിച്ചു എന്നതാണ്. ഈ ആധുനികവത്കരണത്തിന് ഗവൺമെന്റ് ഉദാരമായ രീതിയിൽ പ്രചോദനം നൽകുന്നു. നേരത്തേ സൂചിപ്പിച്ച അബുദാബി കൾച്ചറൽ സെന്റർ ഉദാഹരണം. ഒന്നാന്തരം ലൈബ്രറിയുണ്ടിവിടെ. ബുക് ഫെസ്റ്റിവൽ നടക്കുന്നു. ഈ കൾച്ചറൽസെന്ററിൽ ഒരു വേദിതന്നെ ഗവൺമെന്റ് കൊടുക്കുന്നുണ്ട്. അക്കാലത്ത് ഞാനടക്കമുള്ള മലയാളികൾ അതിന്റെ സംഘാടനത്തിന്റെ ഭാഗമായിട്ടുണ്ട്. സ്ഥിരം ചിത്രപ്രദർശനവേദി, ലോകപ്രശസ്തമായ സംഗീതജ്ഞർ അതിഥികളായെത്തുന്ന ചടങ്ങ്, സിനിമ, ഒക്കെ ശ്രദ്ധേയമാണ്.

അറബിനാട്ടിലെ പത്രപ്രവർത്തനം

ദുബായിയിൽ മീഡിയാ സിറ്റി എന്നൊന്നുതന്നെ അവർ ഉണ്ടാക്കിയിട്ടുണ്ട്. ടെലിവിഷനു വേറൊന്ന്. ഇന്റർനെറ്റ് സിറ്റിയുണ്ട്. ഫിലിംസിറ്റി വരാൻ പോകുന്നു. ആധുനികവത്കരണം എന്ന വസന്തത്തിലാണ് ദുബായ്. എന്നാൽ സാമ്പത്തികമാന്ദ്യം അവരുടെ കുതിപ്പിനെ തളർത്തിയിട്ടുണ്ട്. അതൊരു യാഥാർത്ഥ്യമാണ്.

ലോകം ഇപ്പോൾ ഒന്നായിക്കഴിഞ്ഞിരിക്കുന്നു. അപ്പോൾ അറബികൾക്കും മാറാതിരിക്കാനാവില്ല. യുദ്ധത്തെയും പ്രണയത്തെയുംകുറിച്ചു മാത്രം അവർക്ക് എഴുതിയിരിക്കാനാവില്ല. പെപ്സിയെക്കുറിച്ച് ഖാലിദ് എന്ന എഴുത്തുകാരൻ എഴുതുന്നു. വെള്ളത്തിനായി പെപ്സിബോട്ടിലിലെ അവശിഷ്ടം ഒട്ടകം നക്കുന്ന കഥയാണത്. ഒട്ടകം ഒരു ട്രഡീഷ്ണൽ സിംബലാണ്. എന്നാൽ പെപ്സി ആധുനികതയുടെ സിംബലാണ്. എല്ലാറ്റിനും ഒരു ദോഷവും നല്ലതും ഉണ്ടാകും. അതിൽ നല്ലത് എടുക്കുക എന്നതാണ് വിജയം. യു.എ.ഇ. അതിൽ വിജയിച്ച രാജ്യമാണ്.

അതുപോലെ എമിറേറ്റ്സ് റൈറ്റേഴ്സ് യൂണിയൻ എന്ന സംരംഭമുണ്ട്. ഗവൺമെന്റ് നേരിട്ടാണ് അതു നടത്തുന്നത്.

ഒരു അദ്ഭുതം വിവരിക്കാം. കമറുദ്ദീൻ ആമയം, അസ്മോ പുത്തൻ ചിറ, ഞാനുമടങ്ങുന്ന ഒരു സംഘം എമിറേറ്റ്സ് റൈറ്റേഴ്സ് യൂണിയനിൽ പോയി. അവരവിടെ കഥകൾ അവതരിപ്പിക്കുകയാണ്. ഒരാൾ അവതരിപ്പിച്ച കഥ എന്റെ 'ആർക്കും വേണ്ടാത്ത ഒരു കണ്ണ്' എന്ന കഥയുമായി സാദൃശ്യമുള്ളതായിരുന്നു. അത് കൗതുകപൂർവം കമറുദ്ദീൻ അവിടെവച്ച് പറയുകയുണ്ടായി. 1988ൽ എഴുതിയതാണ് ആർക്കും വേണ്ടാത്ത കണ്ണ്. എത്രയോ വർഷങ്ങൾക്കുശേഷം ഇവിടെ വേറൊരു രൂപത്തിൽ എഴുതപ്പെടുന്നു. ഇതു പറയുമ്പോൾ അവർ അദ്ഭുതപ്പെടുമെന്നാണ് ഞങ്ങൾ വിചാരിക്കുന്നത്. എന്നാൽ അവരുടെ മുഖത്ത് അങ്ങനെയൊരു ഭാവമില്ല.

ഇവിടത്തെ ഒരു സമൂഹത്തെക്കുറിച്ചു പഠിക്കാനുള്ള സന്നദ്ധത മലയാളി എഴുത്തുകാർ കണിക്കുന്നത് ഞാൻ കണ്ടിട്ടില്ല. എന്നാൽ അവരുടെ പാരമ്പര്യവുമായി ബന്ധപ്പട്ടതു പഠിക്കാനുള്ള സംരംഭങ്ങൾ ധാരാളമായി ഉണ്ടാവുകയും ചെയ്യുന്നുണ്ട്. സർക്കാർതലത്തിലും ബുദ്ധിജീവിതലത്തിലും മുന്നേറ്റങ്ങൾ നടക്കുന്നുണ്ട്. എന്റെ ശ്രദ്ധയിൽപ്പെട്ട ഒരു കാര്യം, ചരിത്രപരമായ, സാഹിത്യപരമായ, കലാപരമായ ഒരു ആധുനികവത്കരണം സർക്കാർ തലത്തിലും ജീവിതതലത്തിലും നടക്കുന്നുണ്ട്. അവിടത്തെ എഴുത്തുകാർക്കു പുസ്തകം ഇറക്കാൻ സർക്കാരാണ് ഫണ്ട് കൊടുക്കുന്നത്. ഇപ്പോഴും അവിടത്തെ എഴുത്തുകാർക്ക് റോയൽറ്റി എന്നത് അദ്ഭുതമാണ്. കിട്ടിത്തുടങ്ങിയിട്ടില്ല. ശിഹാബ് അൽഗാനംതന്നെ റോയൽറ്റി കിട്ടിയിട്ട് അദ്ഭുതപ്പെട്ടിട്ടുണ്ട്. അവർക്ക് അങ്ങനെയൊരു ശീലമില്ല. അവരുടെ കവിത, പരമ്പരാഗത കവിതയുടെ ഭാഗമായിട്ട് ഗോത്രസമൂഹത്തിൽനിന്നു വരുന്നതാണ്. ചില റിബലുകളൊക്കെയുണ്ട്. പക്ഷേ, പ്രത്യക്ഷത്തിൽ അവരെ കാണാൻ കഴിയില്ല.

കുടുംബമെന്ന വൻവൃക്ഷം

ഭാരതീയ കാഴ്ചപ്പാടും അറേബ്യൻ കാഴ്ചപ്പാടും വളരെ വ്യത്യസ്തമാണ്. ഒരുദിവസം എന്റെയൊരു സുഹൃത്ത് ഓഫീസിൽവന്നത് വളരെ കൗതുകമുള്ള ഒരു വാർത്തയുമായാണ്. ഒരു ഉന്നത ഉദ്യോഗസ്ഥൻ മധുരം വിതരണം ചെയ്യുകയാണ്. എന്താണ് കാരണം എന്നന്വേഷിച്ചപ്പോൾ, അയാളുടെ ഉപ്പ വീണ്ടും കല്യാണം കഴിച്ചിരിക്കുന്നു. അതിന്റെ സന്തോഷമാണ് അദ്ദേഹം പ്രകടിപ്പിക്കുന്നത്. ഇവിടെയാണെങ്കിൽ ഒന്നൂഹിച്ചു നോക്കൂ. പോലീസ് കേസ്, ആർത്തട്ടഹാസങ്ങൾ... നമുക്കു ചിന്തിക്കാൻ പറ്റാത്ത കാര്യമാണത്. പത്രപ്രവർത്തനവുമായി ബന്ധപ്പെട്ടാണ് ഞാൻ ദുബായിയിൽ ഏറെക്കാലവും കഴിച്ചുകൂട്ടിയത്. അതിന്റെ ഭാഗമായി ഒരു

യാത്ര നടത്തി. ഷാർജയുടെയും അജ്മാനിന്റെയും അതിർത്തിപ്രദേശത്തെ ഒരറബിയെ കാണാനായിരുന്നു ആ യാത്ര. അയാൾക്ക് പത്തിരുപത്തെട്ട് ഭാര്യമാരിലായി 69 കുട്ടികളുണ്ട്. ഞാനും കമറുദ്ദീൻ ആമയം, അഷ്റഫ് പേങ്ങാട്ടയിൽ എന്നിവരടങ്ങുന്ന സംഘമാണ്. ആ കുടുംബത്തിൽ വളരെ മ്ലാനമായ ഒരന്തരീക്ഷമായിരിക്കും എന്നാണ് ഞാൻ കരുതിയിരുന്നത്. വമ്പിച്ച കലഹങ്ങളും ഒക്കെയുണ്ടാകും എന്നാണ് ഓർത്തത്. എന്നാൽ അദ്ഭുതമായിരുന്നു അവിടെ എനിക്ക് അനുഭവപ്പെട്ടത്. വളരെ സന്തോഷകരമായ ഒരന്തരീക്ഷമാണ് ഞാൻ കണ്ടത്. നമ്മുടെ നാട്ടിലെ സ്കൂൾ വിട്ട അന്തരീക്ഷംപോലെ... അയാൾ ബലൂജി സ്ഥാൻ വംശജനായ അറബിയായിരുന്നു. നമ്മുടെ വൈവാഹിക അവസ്ഥയാണ് ആ അറബിയെ അദ്ഭുതപ്പെടുത്തിയത്. കാലാവസ്ഥ കൊണ്ടോ ഭക്ഷണസമ്പ്രദായംകൊണ്ടോ ഭൂപ്രകൃതികൊണ്ടോ ലൈംഗിക ആസ്വാദകരാണ് അറബികൾ. എന്നാൽ, പുതിയ തലമുറ മറ്റൊന്നാണ്.

∎

മാലാഖേ നീ നീക്കിയ ഓടാമ്പലിൽ
ഒരു ജീവിതം പറ്റിപ്പിടിച്ചിരിപ്പുണ്ടായിരുന്നു

അബുദാബിയിലെ വ്യാഴാഴ്ചരാത്രികളിൽ പുരുഷേട്ടന്റെ മുറി ഞങ്ങൾക്കു വലിയൊരു ആശ്വാസകേന്ദ്രമായിരുന്നു. പിറ്റേന്നു വെള്ളിയാഴ്ച അവധിയായതിനാൽ വൈകിയുറങ്ങാം.

അന്നാണ് പുരുഷേട്ടന്റെ മുറിക്കും ഒന്നു ജീവൻ വെക്കുന്നത്. ഞങ്ങളുടെ കൂട്ടത്തിൽ നന്നായി തബല വായിക്കുന്നതു കൊടുങ്ങല്ലൂരിലെ സഗീറാണ്. ഹാർമോണിയം വായിക്കുന്ന ഒരാളെക്കൂടി കിട്ടിയിരുന്നെങ്കിൽ സംഗതി ജോറായിരിക്കുമെന്നു വിചാരിക്കുമ്പോഴാണ് സഗീറിന്റെ 'കെയ്‌റോഫി'ൽ അബ്ദുക്ക എന്നൊരാൾ ഞങ്ങളുടെ വ്യാഴാഴ്ച കമ്പനിയിൽ എത്തിച്ചേരുന്നത്. ആൾ പാലസിൽ ചീഫ് കുക്കാണ്. പറഞ്ഞു വന്നപ്പോൾ ആളൊരു വൻ പുലിയാണ്. മ്യൂസിക്കിന്റെ കാര്യത്തിൽ. ഉത്തരേന്ത്യൻ സംഗീതം, ഖരാനകൾ, ക്ലാസ്സിക്കൽ ഗായകർ അവരുടെ ഓരോരുത്തരുടെയും 'മനോധർമ'ത്തിലെ വ്യത്യസ്തതകൾ... എല്ലാം നല്ല നിശ്ചയം. ക്രമേണ ഉസ്താദ് എന്ന നിലയിൽവരെ ബഹുമാനിക്കുന്ന ഒരാളായി മാറി ഞങ്ങളുടെ സദസ്സിലെ ഏറ്റവും തലമുതിർന്ന ആ കാരണവർ. മുകേഷാണ് പ്രിയ ഗായകൻ. ഹാർമോണിയം വായനയും പാട്ടുമൊക്കെയായി സഹീറിന്റെ മുറിയിലും പുരുഷേട്ടന്റെ മുറിയിലുമായി ഞങ്ങൾ കൂടി. കുടിവെള്ളത്തിന്റെ വലിയ കാലിജാറുകളിൽത്തട്ടി തബലയെ തോല്പിക്കുംവിധം കൊട്ടും സഗീർ.

ഒരു ദിവസം ഹാർമോണിയത്തിന്റെ ശബ്ദാകമ്പടി അത്രകണ്ട് മൂർച്ഛിച്ചിട്ടില്ലാത്ത വ്യാഴാഴ്ചസന്ധ്യയിൽ അബ്ദുക്ക ഒരു കഥ പറഞ്ഞു. അദ്ദേഹം പറഞ്ഞ അനേകം ജീവിതാനുഭവങ്ങളിൽനിന്ന് ഏറെ വ്യത്യസ്തപ്പെട്ടുനിന്നു ആ കഥ. കഥ ഇതാണ്: ഏറെക്കാലം അദ്ദേഹം സൗദിയിൽ ഒരു ഗോത്രമൂപ്പന്റെ കുക്കായിരുന്നു. അനന്തമായി പരന്നു കിടക്കുന്ന മരുഭൂമിയിൽ ഒറ്റയ്ക്കു വലിയ ഒരു താവളം. ചെറിയ ചെറിയ 'ഹട്ടു'കളാണെങ്കിലും മൊത്തം ഒരു കോമ്പൗണ്ട് അതിനകത്തുണ്ട്. എന്തോ നിലവിളിപോലെ ചിലപ്പോഴൊക്കെ മൂപ്പന്റെ കൂടാരത്തിൽനിന്നും കേൾക്കാം. പിന്നീടാണറിഞ്ഞത് അവിടെ ജോലിക്കുനിൽക്കുന്ന

ഫിലിപ്പൈനി ഇരട്ട സഹോദരിമാരുണ്ടായിരുന്നു. അതിലൊരാളെ തല്ലുമ്പോൾ മറ്റേ ആൾ കരയുന്ന ഒച്ചയാണ്!

ഏറെത്താമസിയാതെ അബ്ദുക്കായ്ക്കു കാര്യം മനസ്സിലായി.

ആ കുട്ടികൾ കള്ളവിസയിൽ ഉപജീവനാർഥം എങ്ങനെയോ സൗദിയിൽ എത്തിപ്പെട്ടതാണ്. ഒരറബിക്ക് വീട്ടുവേലയ്ക്ക് ആളെ വേണം എന്നറിഞ്ഞ് എങ്ങനെയോ ഇവിടെ എത്തിപ്പെട്ടതാണ്. ഒരിക്കലും മോചനമില്ലാത്ത ഒരു നരകത്തിലാണ് തങ്ങളുള്ളതെന്ന് പിന്നീടാണ് മനസ്സിലായത്.

പുറത്തുപോകാൻ അനുവാദമില്ല. ഇനി പോകാൻ ഒരുങ്ങിയാലും നിർവാഹമില്ല, അനന്തമായ മരുഭൂമിയാണ്. ശരിക്കും കടൽമരുഭൂമി! ചില മരുഭൂമികൾ കടലുമായി സാദൃശ്യമുണ്ട്. കരയിലാണെങ്കിലും അതു കരകാണാക്കടൽപോലെയാണ്. ഒരറ്റവും ദിക്കും കിട്ടില്ല. ചാടിപ്പോകാൻ ശ്രമിച്ചാൽ അസ്ഥികൂടമായി ഉണങ്ങിമരിക്കും.

സാഹചര്യങ്ങളെ വെട്ടിച്ച് ഫിലിപ്പൈനി പെൺകുട്ടികളുമായി അബ്ദുക്ക അടുത്തു. വേദനകൾ പങ്കുവെക്കാൻ ഭാഷയൊന്നും ആവശ്യമില്ല എന്ന് അബ്ദുക്കായ്ക്ക് അറിയാമായിരുന്നു. നാട്ടിലെ തന്റെ പെൺമക്കളെ ഓർമ്മവരും അവരെ കാണുമ്പോൾ, അബ്ദുക്കായ്ക്ക്.

ക്രമേണ ഒരു കാര്യം മനസ്സിലായി. ഈ പെൺകുട്ടികളെ രാത്രി ഉറങ്ങുന്നതിനുമുമ്പ് അറബി മുറിക്കകത്താക്കി പുറത്തുനിന്ന് ഓടാമ്പൽ വലിച്ചിടുകയാണ് പതിവ്. വേറേയും എത്രയോ പേർ ജോലിക്കാരായി അവിടെയുണ്ടെങ്കിലും ആരും ഇതൊന്നും ശ്രദ്ധിക്കാറില്ല.

പല വിശേഷങ്ങളിൽ ഒന്നായി പെൺകുട്ടികൾ ഒരുദിവസം പറഞ്ഞു, പട്ടണത്തിൽനിന്നു പച്ചക്കറിയുമായി മിനിലോറിയോടിച്ചു വരുന്ന രണ്ട് ഫിലിപ്പൈനി യുവാക്കളുമായി അവർ പ്രണയത്തിലാണ്. അവർ ഒന്നിച്ചു ജീവിക്കാൻ ആഗ്രഹിക്കുന്നു.

പക്ഷേ, എന്തുകാര്യം? അറബിയോടതു പറഞ്ഞാൽപ്പിന്നെ ആ ചെറുപ്പക്കാരുടെ ജീവിതം തുലഞ്ഞതുതന്നെ.

മർദ്ദനവും കഠിനാധ്വാനവും ഒരു ജീവിതശീലംപോലെ ആ പെൺകുട്ടികൾ കൊണ്ടുനടക്കവേ, ഒരു ദിവസം അവർ അബ്ദുക്കാനോട് വളരെ മടിച്ചുമടിച്ച് വലിയൊരു ആഗ്രഹം പറഞ്ഞു.

വരുന്ന ബുധനാഴ്ച രാത്രി അവരുടെ കാമുകർ ഈ വഴി വണ്ടിയുമായി വരാമെന്നു പറഞ്ഞിട്ടുണ്ട്. അർധരാത്രി കഴിഞ്ഞാൽ, ആ ഓടാമ്പൽ അബുദുഭായ് ഒന്നു തുറന്നിട്ടാൽമാത്രം മതി.

കാര്യം നിസ്സാരമായ ഒരു ഓടാമ്പലാണ് പക്ഷേ...

അന്നുരാത്രി അബ്ദുക്ക എ.സി.യുടെ മൂളക്കമുള്ള തന്റെ മുറിയിൽ തിരിഞ്ഞും മറിഞ്ഞും കിടന്നു. ഉറക്കം കിട്ടുന്നില്ല. ഒരു ഓടാമ്പലിന്റെ

ചെറിയൊരു നീക്കത്തിൽ രണ്ടു ജീവിതമാണ് രക്ഷപ്പെടുക. അതു നീക്കിയതാരെന്ന് ആരും മനസ്സിലാക്കുകയുമില്ല. പക്ഷേ, അതിനെടു ക്കേണ്ടിവരുന്ന 'റിസ്ക്' ചില്ലറയല്ല. അഥവാ പിടിച്ചുപോയാൽ എല്ലാം തീർന്നു. കല്യാണപ്രായമെത്തിനിൽക്കുന്ന നാട്ടിലെ തന്റെ പെൺമക്കളെ അയാൾ ഓർത്തു.

പെട്ടെന്ന് അബ്ദുക്ക കഥപറച്ചിൽ നിർത്തി നിശ്ശബ്ദനായിക്കളഞ്ഞു. പിന്നെ മെല്ലെ ഹാർമോണിയത്തിൽ വിരൽ പായിച്ചു. എനിക്ക് ആ പെൺകുട്ടികളെക്കുറിച്ചോർത്ത് നെഞ്ചിടിച്ചു.

ഞാൻ ചോദിച്ചു:

"എന്നിട്ടെന്താണുണ്ടായത്, പറയൂ."

അദ്ദേഹം അതു കേൾക്കാത്തതുപോലെ നാടകീയമായി ഒരു ഗസലി ലേക്കമർന്നു.

ഗസലിൽ ഒരിടത്തുവെച്ച് അദ്ദേഹം എന്നെ നോക്കി മന്ദഹസിച്ചു കൊണ്ട് രണ്ടു വരികൾ ആവർത്തിച്ചു പാടി. എന്റെ അസ്വസ്ഥത കണ്ടാ വണം, അദ്ദേഹത്തിനു ഹരം കയറി.

"ദീവാരോ ദർകോ ഗൗർസേ
പെഹച്ചാൻ ലീ ജിയേ..."

പാട്ട് പെട്ടെന്നു നിർത്തി അദ്ദേഹം ആ വരികളുടെ അർത്ഥം പറഞ്ഞു.

(ഈ മതിലും ഭിത്തിയും ശ്രദ്ധയോടെ ഓർത്തുവെച്ചാലും.)

ഗസലിന്റെ ഒടുവിൽ ഹാർമോണിയം ഒന്നു നിശ്ശബ്ദമായി വന്നപ്പോൾ ഞാൻ അസ്വസ്ഥതയടങ്ങാതെ മെല്ലെ അബ്ദുക്കയോട് ചോദിച്ചു:

ആ ഓടാമ്പൽ നിങ്ങൾ നീക്കിയോ?

അന്നു രാത്രി നിങ്ങൾ എന്താണ് തീരുമാനമെടുത്തത്?

അദ്ദേഹത്തിന്റെ കണ്ണുകളിൽ നനവ് പടർന്നു. "എടോ സെന്റിമെന്റൽ വിഡ്ഢി. നാട്ടിലുള്ള എന്റെ മക്കളെയോർത്തു കിടന്നപ്പോൾ എനിക്കെ ങ്ങനെ ആ ഓടാമ്പൽ നീക്കാതിരിക്കാനാവും?"

ഹാവൂ!

അദ്ദേഹം എന്നെ നോക്കി ഇപ്പോഴും ഹൃദയത്തിൽനിന്നു പാടി ക്കൊണ്ടിരിക്കുന്നു.

ഒരിക്കലും അവസാനിക്കാത്ത സ്നേഹഗസലിന്റെ പെരുങ്കടൽ. ■

അന്നുകേട്ട പാട്ടല്ല,
അവിടെവെച്ചു കേട്ടതുമല്ല

ഏതുതരം കലകളായാലും ആസ്വാദകൻ- കലാകാരൻ എന്ന ബന്ധത്തിനപ്പുറത്ത് ആസ്വാദനത്തെ സ്വാധീനിക്കുന്ന ഘടകങ്ങൾകൂടിയുണ്ട്. കാലം, ദേശം എന്നിവ അവയിൽ ഏറ്റവും പ്രധാനമാണ് എന്നു തോന്നുന്നു. പ്രേംനസീറും ജയനും അഭിനയിച്ച ലൗ ഇൻ സിങ്കപ്പൂർ എന്ന സിനിമ നാട്ടിൻപുറത്തെ 'ഓല ടാക്കീസി'ൽനിന്നു ഞാൻ കണ്ട അനുഭവമല്ല, പതിറ്റാണ്ടുകൾക്കുശേഷം ഇന്നലെ ഏതോ ടി.വി. ചാനലിൽനിന്നു കണ്ട സിനിമ. 'ഹരിദ്വാറിൽ മണികൾ മുഴങ്ങുമ്പോൾ' എന്ന എം. മുകുന്ദന്റെ നോവൽ ഞാനീയിടെ വീണ്ടും വായിച്ചപ്പോൾ അനുഭവങ്ങൾ വേറേ ആയിപ്പോകുന്നതും അറിഞ്ഞു.

എല്ലാതരം കലകളും നല്ലതും ചീത്തയും ഒക്കെ അതിന്റെ ആന്തരിക ദേശാടനത്തിലേർപ്പെടുന്നുണ്ട് എന്നു വേണം കണക്കാക്കാൻ. ചില കലാരചനകൾ അക്കാലത്ത് ദുരന്തമായവതരിക്കുകയും പുതിയ കാലത്ത് പ്രഹസനമായിത്തീരുന്നതും ശ്രദ്ധിക്കുക. എന്നാൽ കാലാതീതമായി പ്രകാശിക്കുന്ന ക്ലാസ്സിക്കുകൾ ഓരോ കാലത്തും ഓരോ ഉദ്ബോധനമായി സാമൂഹികനന്മയെ കേന്ദ്രീകരിച്ച് ചരിക്കുന്നു. കാലം എത്ര ഊതിക്കെടുത്താൻ ശ്രമിച്ചാലും ചില രചനകൾ കാലത്തെ നിസ്സാരവത്കരിച്ച് ടോൾസ്റ്റോയിയെപ്പോലെ, ഷേക്സ്പിയറെപ്പോലെ, ബിഥോവനെപ്പോലെ, ഡാവിഞ്ചിയെപ്പോലെ തൂമന്ദഹാസം കൊള്ളുന്നു.

ദേശം മാറുമ്പോൾ ഒരു സിനിമാപ്പാട്ടുപോലും മറ്റൊന്നാണ്. 'ചന്ദ്രകാന്തം' എന്ന സിനിമയ്ക്കുവേണ്ടി ശ്രീകുമാരൻതമ്പി രചിച്ച് എം.എസ്. വിശ്വനാഥൻ ഈണം നൽകിയ സ്വർഗ്ഗമെന്ന കാനനത്തിൽ എന്നു തുടങ്ങുന്ന പാട്ട് ഗൾഫിൽനിന്നു കേട്ടപ്പോഴാണ് എനിക്കിതു മനസ്സിലായത്. അറിയുമല്ലോ, ഗൾഫ് ജീവിതം. പതിനെട്ടാമത്തെ വയസ്സിൽ വണ്ടികയറി ഗൾഫിലെത്തിയ ഒരാൾ തന്റെ അറുപതാമത്തെ വയസ്സിൽ ആ നാട്ടിൽ അന്യനാണ്. പിന്നെ വിസ പുതുക്കിക്കൊടുക്കില്ല. എപ്പോഴും തിരിച്ചു പോകാൻ തക്കവിധം കെട്ടിവെച്ച ഒരു പെട്ടിയാണ് അവന്റെ പ്രവാസ പ്രതീകം. യൂറോപ്പ് പോലെയോ അമേരിക്ക പോലെയോ അവിടത്തെ മണ്ണിലേക്കു സ്വീകരിക്കില്ല, ഗൾഫ് രാജ്യങ്ങൾ.

മറുജീവിതം

ദുബായ് ക്രീക്കിൽ ഒരു സന്ധ്യയ്ക്ക് ആളൊഴിഞ്ഞ ഒരു മൂലയിൽ ഞാൻ ഒറ്റയ്ക്ക് ഇരിക്കുകയായിരുന്നു. ദുബായ് നഗരം എന്നതു വികസനത്തിന് ഒരു ലോകപ്രതിനിധാനമാണ്. കണ്ണഞ്ചിപ്പിക്കുന്ന വിളക്കുകൾ, ആകാശം മുട്ടുന്ന കെട്ടിടങ്ങൾ, മനോഹരമായ കാറുകൾ, വീതിയേറിയ റോഡുകൾ, ഇവയുടെ ഓരം ചേർന്ന് ഒറ്റപ്പെട്ട 'മൂന്നാംലോക തൊഴിലാളികളു'ടെ സന്ധ്യകൾ, ആരാലും ശ്രദ്ധിക്കപ്പെടാതെ.

അപ്പോഴതാ, ഒരു മൂലയിൽനിന്നു ചെറിയൊരു ട്രാൻസിസ്റ്ററിൽ ഒടിഞ്ഞുതൂങ്ങിയ ഒരു മലയാളി വൃദ്ധൻ ആ പാട്ട് ട്യൂൺ ചെയ്തു വെക്കുന്നു. ദുബായിലെ ഏഷ്യാനെറ്റ് റേഡിയോവിൽനിന്നാണ്.

"സ്വർഗ്ഗമെന്ന കാനനത്തിൽ
സ്വർണ്ണമുഖി നദിക്കരയിൽ
സ്വപ്നമായി വാഴുന്നു ഞാൻ
സുഖമറിയാതെ."

നേരത്തേ കേട്ട പാട്ടാണ്, കേരളത്തിൽനിന്ന്, എത്രയോ തവണ. പക്ഷേ, അന്നുവരെ കേട്ട പാട്ടല്ലല്ലോ അത്, എന്ന് ഒരുനിമിഷം എനിക്കു തോന്നി. ഗൾഫ് മലയാളികൾക്കുവേണ്ടി രചിക്കപ്പെട്ട ഒന്നായി ആ പാട്ട് എനിക്കനുഭവപ്പെട്ടു.

കാരണം, ദുബായ് ഒരു സ്വർഗ്ഗമായി അണിഞ്ഞൊരുങ്ങിനില്ക്കുമ്പോഴും ഒരു കാനനം മാത്രമാണ് മലയാളിക്ക്. ഒരു ദേശത്ത് രണ്ടനുഭവങ്ങൾ സംഭവിക്കുന്നു. ലോകത്തിലെ ഏറ്റവും ഉയരം കൂടിയ കെട്ടിടത്തിനു താഴെ നടന്നു പോകുന്ന മലയാളിക്ക് ആ രാജ്യത്തിനകത്ത് ഒരു ഉറുമ്പിന്റെ അസ്തിത്വംപോലുമില്ല. ശരീരത്തിന്റെ കണ്ണിൽ ദുബായ് സ്വർഗ്ഗമായും അനുഭവത്തിന്റെ മനക്കണ്ണിൽ അത് അകപ്പെട്ടുപോയ ഒരു കാനനം മാത്രവുമാണ്. അവിടെ നാടില്ല, വീടില്ല, തൊടിയില്ല, കിണറ്റുവക്കില്ല, മഴ ഒലിച്ചിറങ്ങുന്ന നാട്ടിൻപുറത്തെ ഇടവഴികളില്ല, ചണനൂലു കൊണ്ട് കടലാസ്സിൽ പ്രത്യേകതാളത്തോടെ സാധനം കെട്ടിക്കൊടുക്കുന്ന പലചരക്കുകച്ചവടക്കാരനില്ല. ഉള്ളത് അന്യതാബോധത്തിന്റെ മഹാസമുദ്രമിരമ്പുന്ന ശബ്ദം കാതിലും അകപ്പെട്ട കാട് കൺമുന്നിലുമാണ്.

നാട്ടിൽ വിശന്നു കരയുന്ന കുഞ്ഞിനുവേണ്ടി, ആഹാരത്തിനുവേണ്ടി, മരുന്നിനുവേണ്ടി, കയറിക്കിടക്കാൻ ഒരു കിടപ്പാടത്തിനുവേണ്ടി, പെങ്ങളെ കെട്ടിച്ചയയ്ക്കാൻ കുറച്ചു പണത്തിനുവേണ്ടി ജീവിതത്തിന്റെ തീപ്പിടിക്കുന്ന മൂർദ്ധാവിൽ ഓർമ്മകളുടെ ഒരുമ്മ മാത്രമാണ് ഗൾഫുജീവിതം. അവിടെ ലോകത്തിലെ പലഭാഗത്തുനിന്നും ആളുകൾ പല വിചിത്ര ഭാഷയിൽ സംസ്കാരത്തിൽ ഒച്ചവെക്കുമ്പോൾ തന്റെ ദരിദ്രപൂർണ്ണമായ മലയാളവുമായി പതുങ്ങിയിരിക്കുന്നവന്റെ വ്യഥ കൂടിയാണ് ഗൾഫ്. ഇതൊക്കെ ഓർക്കുമ്പോഴേ ശ്രീകുമാരൻതമ്പിയെഴുതിയ പാട്ട് മറ്റൊരർത്ഥത്തിൽ ഗൾഫിൽ പുനരവതരിക്കുന്നതായി നമുക്കു മനസ്സിലാക്കാനാവൂ. 'മദിപ്പിക്കും കനിക്കിനാവുകൾ കാട്ടിക്കൊതിപ്പിക്കും പക്ഷേ,

കൊടുക്കില്ലിവൾ' എന്ന് ആസാം പണിക്കാരിൽ വൈലോപ്പിള്ളി സ്വന്തം നാടിനെക്കുറിച്ച് ഓർമ്മിപ്പിച്ചതും നമ്മുടെ മനസ്സിലുണ്ടാവാം. പ്രിയ നാട്ടിലേക്കു മടങ്ങേണ്ടതില്ല, ഒന്നും തരാത്ത സ്വർഗ്ഗസുന്ദരിയാണ് നാട് എന്ന് ഓരോ ഗൾഫുകാരന്റെ ഉള്ളിലും നാടോർമ്മ ഒരു താക്കീതായി മുഴങ്ങുന്നു. ഫലത്തിൽ തന്റെ അസ്തിത്വത്തിന് സ്വസ്ഥമാവാൻ ഖബറിടംമാത്രം.

"കല്പന തൻ കണ്ണുനീരിൽ
സ്മരണതൻ ഗദ്ഗദത്തിൽ
വ്യർത്ഥമിന്നും പാടുന്നു ഞാൻ
ശ്രുതിയറിയാതെ...ശ്രുതിയറിയാതെ..."

നാടിന്റെ ഓർമ്മയിൽ കണ്ണുനീരും ഗദ്ഗദവുമാണ്. അവയെക്കുറിച്ചുള്ളതെല്ലാം നാളെ എന്തായിത്തീരുമെന്നറിയാത്ത ഉത്കണ്ഠകൾ മാത്രം. സ്വപ്നങ്ങൾ കണ്ണീരിൽക്കുതിർന്നു നില്ക്കുന്നു. (സ്നേഹിച്ച പെൺകുട്ടിയെ സ്വന്തമാക്കാൻ കഴിഞ്ഞില്ല, പ്രവാസം പൂർത്തിയാക്കാൻ കഴിഞ്ഞില്ല, ഇഷ്ടജോലിയിലേക്കു പ്രവേശിക്കാനായില്ല, കലാപ്രവർത്തനങ്ങൾ ഏതോ ഒരു ഉറയിലടച്ചു. ഞാൻ മറ്റൊരാളായിത്തീർന്നു. നാളെയെക്കുറിച്ചുള്ള കല്പനകൾ പാഴായിപ്പോയതിനെക്കുറിച്ച് എനിക്കു വെറുതേ പാടാൻ മാത്രമാണ് വിധി. അപ്പോൾപോലും ശ്രുതിയറിയാതെ തപ്പിത്തടയേണ്ടിവരുന്നു...)

"നിത്യരാഗനന്ദനത്തിൽ
ചിത്രപുഷ്പശയ്യകളിൽ
നിന്നെയോർത്തു കേഴുന്നു ഞാൻ
നിദ്രയില്ലാതെ
രാത്രികൾ തൻ ശൂന്യതയിൽ
പ്രേമപൂജ ചെയ്തിടുന്നു
സത്യമായ നിൻ പ്രഭതൻ
പൂക്കളില്ലാതെ."

നാട്ടിലെ കിടപ്പല്ല ഗൾഫുകാരന്റേത്. സാമ്പത്തികസ്ഥിതി കുറഞ്ഞ ഒരാളാണെങ്കിൽ ഒരു മുറിയിൽ അട്ടിയട്ടിയായിട്ട പത്തോ പന്ത്രണ്ടോ കട്ടിലിലൊന്നാവും അയാൾക്ക് ഉറങ്ങാൻ വിധി. പക്ഷേ, ഗൾഫിലെ വിരിപ്പുകൾ മനോഹരമാണ്. പുതയ്ക്കുന്ന കമ്പിളി വർണാഭമാണ്.

പത്തും പന്ത്രണ്ടും മണിക്കൂർ ജോലിചെയ്യേണ്ടിവരുന്ന സാധാരണ തൊഴിലാളികളുടെ കഥയാണിത്. ഇണയില്ലാത്ത കിടപ്പാണത്. അവിടെ വിരഹത്തിന്റെ നിശ്ശബ്ദവും തളം കെട്ടിനില്ക്കുന്നതുമായ വിങ്ങൽ മാത്രം. സ്വയംഭോഗംമാത്രം. വിജനതയിൽ ഒറ്റപ്പെട്ടുപോയ ഒരാളുടെ പ്രേമപൂജമാത്രമാണത്. പ്രത്യുത്പാദനക്ഷമതയില്ലാത്ത ആത്മവേഴ്ച മാത്രം.

മറുജീവിതം

"ഭൂമിയിൽ നാം എന്നിനിയും
ഒന്നുചേരുമോമലാളേ"
എന്ന പ്രത്യാശയിലാണ് ശ്രീകുമാരൻതമ്പി രചിച്ച ആ ഗാനം അവസാനിക്കുന്നത്.

ഒരു സിനിമാപ്പാട്ടുപോലും ആസ്വദിക്കുന്നതിന്റെ കാലദേശങ്ങൾ മാറുമ്പോൾ അതു മറ്റൊന്നായിത്തീരുമ്പോൾ മറ്റു കലകളുടെ കാര്യം പറയാനുണ്ടോ!

എല്ലാത്തരം കലകൾക്കും സ്വയം സഞ്ചാരശക്തിയുണ്ട്. സ്വയം നിർണ്ണായകത്വവും. അതു ചിലപ്പോൾ യാത്രചെയ്യുന്നതു പിറകോട്ടാവാം, മുന്നോട്ടാവാം. പൊടിമൂടിക്കിടന്നവ പെട്ടെന്നു പ്രത്യക്ഷപ്പെടുന്നതും ആഘോഷിച്ചുനിന്നവ പൊടിയിലേക്ക് അമർന്നുപോവുകയും ചെയ്യാം. അങ്ങനെ വരുമ്പോൾ കാലവും ദേശവുമല്ലാതെ മറ്റാരാണ് കലയുടെ പരമാധികാരികൾ?

∎

പെരുമഴയിൽ ദൈവത്തിന്റെ
സ്വന്തം കൈക്കുട

മുഹമ്മദ് കുഞ്ഞി നിലേശ്വരം എന്ന എഴുത്തുകാരനെ പരിചയപ്പെടു ത്തുന്നത് സുബൈദ നീലേശ്വരം എന്ന അബൂബക്കർ നീലേശ്വരമാണ്. പത്തു പതിനഞ്ചുവർഷംമുമ്പ് അന്ന് മുഹമ്മദ്ക്ക കുവൈത്തിൽനിന്നു ഇടയ്ക്ക് ലീവിനു വന്നുപോകുമ്പോൾ മറക്കാതെ വന്നുകാണും. കൈയിൽ ഒരു പാന്റിന്റെ തുണി, ഷർട്ട്പീസ് ഇങ്ങനെ എന്തെങ്കിലും ഉണ്ടാകും. എത്ര വേണ്ടെന്നുപറഞ്ഞാലും മുഹമ്മദ് കുഞ്ഞിക്കാന്റെ കഥകൾപോലെതന്നെ അദ്ദേഹത്തിന്റെ സ്വഭാവവും തനി ഗ്രാമീണന്റേത്. സ്നേഹം, കാരുണ്യം, ദീനാനുകമ്പ എല്ലാം ചേർന്നു സാത്വികഭാവത്തിൽ ചാലിച്ചെടുത്ത ഒരു സുഗന്ധസാന്നിധ്യം. എന്നേക്കാൾ പത്തു വയസ്സി നെങ്കിലും മൂത്തത്. നീലേശ്വരത്തുനിന്നും കിലോമീറ്ററുകൾ സഞ്ചരിച്ച് കണ്ണൂർവീട്ടിലെത്തി അരമണിക്കൂർ സംസാരിച്ച് അദ്ദേഹം തിരിച്ചുപോകും. ആരെക്കുറിച്ചും പരാതിയില്ല. കുടുംബത്തെപ്പറ്റി അന്വേഷിക്കും. ജീവിതാ വസ്ഥകൾ ചർച്ചചെയ്യും. താൻ എഴുതിയ പുതിയ കഥയെക്കുറിച്ച് അത് അച്ചടിച്ചു വന്നതിനെക്കുറിച്ച്, ഇപ്പോൾ പഴയതുപോലെ എഴുതാൻ കഴി യാത്തതിനെപ്പറ്റി ഇങ്ങനെ ഏതാനും വാക്കുകൾമാത്രം പറയും. ദൂരെ താമസിക്കുന്ന ജ്യേഷ്ഠൻ വന്നു കണ്ടു പോകുന്ന അനുഭവം.

അങ്ങനെയിരിക്കെ കുവൈത്തിൽ യുദ്ധം വന്നു. ജോലിയുപേക്ഷിച്ച് അദ്ദേഹത്തിനു നാട്ടിലേക്കു മടങ്ങേണ്ടി വന്നു. നാട്ടിൽ നീലേശ്വരം ബസ്സ്റ്റാന്റ് കോംപ്ലക്സിൽ ചെറിയ മട്ടിൽ ഒരു കൂൾബാർ ആരംഭിച്ചു. വടക്കോട്ടുള്ള യാത്രയിൽ ഞാനും വല്ലാതെ ദീർഘകാലമായി കണ്ടിട്ട് എന്നു തോന്നിയാൽ മുഹമ്മദ്ക്കയും പരസ്പരം ചെന്നു കണ്ടു. ഒന്നിനു മല്ല, വെറുതെ ജീവിതം ചർച്ചചെയ്യാൻ. സംഭാഷണത്തിനിടയ്ക്ക് പ്രയാസ മേറിയ ഒരു അനുഭവത്തെപ്പറ്റി പറഞ്ഞുപോയാൽ (അത് ആരെപ്പറ്റിയു മാവട്ടെ) അദ്ദേഹത്തിന്റെ മുഖം കരയുന്നതുപോലെയാവും. അത്ര സെന്റി മെന്റലാണ് ആൾ.

ഒരുദിവസം കണ്ണൂർ വീട്ടിലേക്കു യാതൊരു മുന്നറിയിപ്പുമില്ലാതെ അദ്ദേഹം കയറിവന്നു. കൈയിൽ വലിയൊരു പൊതി. അദ്ദേഹം പല

കാലങ്ങളിലായി എഴുതി പ്രസിദ്ധീകരിപ്പിച്ച ചെറുതും വലുതുമായ കഥ കളാണ്. എല്ലാംകൂടി പത്തറുപത് എണ്ണം കാണും. ബഹുഭൂരിഭാഗവും അപ്രശസ്തമായ പ്രസിദ്ധീകരണങ്ങളിലാണ് വന്നിരിക്കുന്നത്. എഴുപതു കളുടെ പകുതി തൊട്ടിങ്ങോട്ട് പല കാലങ്ങളിലായി അച്ചടിമഷി പുര ണ്ടവ. പഴക്കം കാരണം മഞ്ഞനിറമായിപ്പോയ ന്യൂസ്പ്രിന്റിൽനിന്നു ശ്രമ പ്പെട്ടുവേണം വായിക്കാൻ. വാരാന്തപ്പതിപ്പുകളുടെ കട്ടിങ്ങ്സുമുണ്ട്. വട കരയിൽനിന്നും അദ്ദേഹത്തിന്റെ നാട്ടിൽനിന്നും ഒരു ആവേശത്തിനു തുടങ്ങി രണ്ടോ മൂന്നോ ലക്കംകൊണ്ട് അവസാനിച്ചു പോയ പ്രസിദ്ധീ കരണങ്ങളിലാണ് ഏറെ കഥകളും. ഇതൊക്കെ എന്നെ എല്പിച്ച് അദ്ദേഹം പറഞ്ഞു: 'നാട്ടിലെ ഒരു പ്രസാധകൻ എന്റെ കഥകളുടെ സമാഹാരം ഇറക്കാമെന്ന് ഏറ്റിട്ടുണ്ട്. നീ ഇതൊക്കെ ഒന്നു വായിച്ച് കൂട്ടത്തിൽ മെച്ച പ്പെട്ട ഏതാനും കഥകൾ തിരഞ്ഞെടുക്കണം. കൊല്ലങ്ങൾ ഒരുപാടായി എഴുതുന്നു. ഒരു പുസ്തകം എന്നതു വലിയൊരാഗ്രഹമാണ്.'

എനിക്കതിനു സന്തോഷമേയുണ്ടായിരുന്നുള്ളൂ. ഒന്നും തിരിച്ചു പ്രതീക്ഷിക്കാത്ത, ദീർഘകാലത്തെ ബന്ധത്തിനിടയ്ക്ക് അദ്ദേഹം ആവശ്യപ്പെട്ട ഒരേയൊരു കാര്യം.

എനിക്കന്നു കോഴിക്കോട്ടെ ഒരു മാസികയിൽ ജോലിയുണ്ടായിരുന്നു. ഇടയ്ക്ക് ലീവിനു നാട്ടിൽ വരുമ്പോഴൊക്കെ ഞാൻ മുഹമ്മദ്ക്കാന്റെ കഥകൾ വായിച്ചുകൊണ്ടിരുന്നു. ഏറെയും ഗൾഫ് പശ്ചാത്തലമുള്ള കഥകളാണ്. വൈകാരികാംശം മുറ്റിനിൽക്കുന്ന കഥകൾ. ചിലപ്പോൾ അത് അതിവൈകാരികതയിലേക്കു കൂപ്പുകുത്തും. രചനാശൈലിയിൽ ഏതെങ്കിലും തരത്തിലുള്ള പരീക്ഷണം എന്നത് അദ്ദേഹത്തിന്റെ വിഷയ മായിരുന്നില്ല. മനുഷ്യവേദനകളുടെ കഥകൾ കാല്പനികശൈലിയിൽ സാധാരണമട്ടിൽ അദ്ദേഹം എഴുതുന്നു.

ഇടയ്ക്ക് നാലോ അഞ്ചോ കഥകൾ വായിച്ച് മാറ്റിവെക്കും. അടുത്ത ലീവിനുവരുമ്പോൾ വായിക്കാം. ഞാനത് എന്റെ വാസസ്ഥലമായ തറ വാടിന്റെ മച്ചകത്തിലെ ഉറക്കുത്തിയ അലമാരിയിൽ എന്റെ പ്രിയപ്പെട്ട പുസ്തകങ്ങൾക്കിടയിൽ സൂക്ഷിച്ചു. രണ്ടര നൂറ്റാണ്ടിലേറെ പഴക്കമുള്ള ജീർണിച്ച തറവാട്ടിൽ ഏക താമസക്കാരൻ ഞാനാണ്. മാറാലയും പൊടി പടലങ്ങളും ചോർച്ചയും എന്റെ വായനയെയോ എഴുത്തിനെയോ ഒട്ടും അലോസരപ്പെടുത്തിയില്ല. എനിക്ക് ഇങ്ങനെ ഒഴിഞ്ഞ ഒരിടം ലോകത്ത് എവിടെയുമുണ്ടായിരുന്നില്ല.

ഇടയ്ക്കു വന്നുപെട്ട തിരക്കുകൾ, ഏറ്റവും പ്രധാനപ്പെട്ടതു മാറ്റി വെക്കുക എന്ന ദുശ്ശീലം. ഇവയൊക്കെ ഫലമായി എന്തുകൊണ്ടോ, മുഹമ്മദ്ക്കാന്റെ കഥകളുടെ തെരഞ്ഞെടുപ്പ് നീണ്ടുപോയി. അതിനിടയി ലാണ് ഗൾഫിലേക്ക് ഒരു വിസിറ്റിങ് വിസ വന്നുചേർന്നതും. ഒരു മാസത്തേക്ക് പ്ലാൻചെയ്ത യാത്ര പക്ഷേ, രണ്ടരമാസം നീണ്ടു. തിരിച്ചു വന്നപ്പോൾ കണ്ട കാഴ്ച ഹൃദയഭേദകമായിരുന്നു. ഞാൻ താമസിച്ച

തറവാട് അത്തവണത്തെ കൊടുംമഴയിൽ കുതിർന്ന് ഒരുവശം മുഴുവൻ തകർന്നുവീണിരിക്കുന്നു! അതിനകത്തു പെട്ടുപോയി നനഞ്ഞുകുതിർന്നത് എന്റെ പ്രിയപ്പെട്ട ബഷീർ, മാധവിക്കുട്ടി, ടി. പത്മനാഭൻ, എം.ടി. എം.എൻ. വിജയൻമാഷ്, കുമാരനാശാൻ, എഴുത്തച്ഛൻ, ഇടശ്ശേരി, വൈലോപ്പിള്ളി, മൺകട്ടകൾ നനഞ്ഞു കുഴഞ്ഞ മണ്ണിൽ പേജു പറിഞ്ഞ് മയ്യത്തിന്റെ അവയവങ്ങൾ പുറത്തേക്കു കാണുന്ന ഖബറടക്കങ്ങൾ പോലെ എന്നെ പരിതാപകരമായി നോക്കുന്നു. പെട്ടെന്നാണ് മുഹമ്മദ്ക്കാന്റെ കഥകളുടെ പായ്ക്കറ്റ് ഒരു ഇടിവെട്ടുപോലെ മനസ്സിലേക്കെത്തിയത്. അതെവിടെ? പെരുമഴയ്ക്കകത്ത് തറവാട്ടുചുമർ വലിയ ശബ്ദത്തോടെ തകർന്നുവീണത് തൊട്ടടുത്തുള്ള എന്റെ വീട്ടുകാർ കേട്ടിരുന്നു. ഭയംകൊണ്ട് ആർക്കും അങ്ങോട്ടു കയറിപ്പോകാൻ കഴിഞ്ഞില്ല. പോരാത്തതിനു രാത്രിയും.

പെരുമഴ പെയ്തൊഴിഞ്ഞ പ്രഭാതം. പെങ്ങളും അനുജന്മാരുമൊക്കെ ചേർന്ന് എന്റെ പുസ്തകങ്ങളിൽ ചിലതൊക്കെ എടുത്തു കെട്ടിവെച്ചു. ആ കൂന ഞാൻ ചുരുങ്ങിയത് അമ്പതു തവണയെങ്കിലും പ്രതീക്ഷയോടെ ചിക്കിപ്പരതി നോക്കിയിട്ടുണ്ട്. മുഹമ്മദ് കുഞ്ഞി നീലേശ്വരത്തിന്റെ പായ്ക്കറ്റ് കണ്ടുപിടിക്കാൻ .

മുഹമ്മദ്ക്കാന്റെ കത്തുകൾ വന്നുകൊണ്ടിരുന്നു. എന്റെ കഥകൾ തിരഞ്ഞെടുത്തുവോ? എന്താണിത്ര താമസം? പ്രസാധകർ തിരക്കുകൂട്ടുന്നു. എന്തേ മറുപടിപോലുമെഴുതാത്തത്? നിങ്ങളൊക്കെ വലിയ എഴുത്തുകാരനായി പോയല്ലോ. കഴിഞ്ഞതൊന്നും മറക്കരുത്. ഇതിനുമാത്രം ഞാനെന്തു തെറ്റ് ചെയ്തു?

ഒന്നുരണ്ടുതവണ മുഹമ്മദ്ക്ക വീട്ടിൽ വന്നുപോവുകയും ചെയ്തു. സ്ഥലത്തില്ലാത്തതിനാൽ കാണാനും കഴിഞ്ഞില്ല. അദ്ദേഹംവന്ന വിവരമറിഞ്ഞ് എന്റെ ഉള്ള് പൊള്ളിപ്പിടഞ്ഞു. ഞാൻ ഭ്രാന്തനെപ്പോലെ വീണ്ടും വീണ്ടും ആ അവശിഷ്ടം പരതിക്കൊണ്ടിരുന്നു. ഒരു പേജുപോലും കണ്ടുകിട്ടിയില്ല.

ഞാൻ ആലോചിക്കുന്നു. എന്താണൊരു പോംവഴി? ഒരു പോംവഴിയുമില്ല. പ്രശസ്തമായ പ്രസിദ്ധീകരണങ്ങളാണെങ്കിൽ വർഷവും തിയതിയും വെച്ച് അതാതു സ്ഥാപനങ്ങളുടെ ലൈബ്രറിയിൽനിന്നും ശേഖരിക്കാം. പക്ഷേ, പറഞ്ഞല്ലോ. പലതും പ്രാദേശികമായി മൂന്നോ നാലോ ലക്കംകൊണ്ട് ഏതോ കാലത്ത് അവസാനിപ്പിച്ച പ്രസിദ്ധീകരണങ്ങൾ.

സൗമ്യതയുടെയും സാത്വികതയുടെയും ആൾരൂപമായ മുഹമ്മദ്ക്കാന്റെ കത്തുകളിലെ വരികൾ കുറേശ്ശെ രൂക്ഷമായിത്തുടങ്ങി. അതിൽ നിറയെ സങ്കടങ്ങളും എനിക്കുണ്ടായ മാറ്റത്തെക്കുറിച്ചുള്ള അദ്ഭുതവുമായിരുന്നു. എത്രയോ കത്തുകൾ ഞാനെഴുതി. മര്യാദയുടെ പേരിലെങ്കിലും ഒന്നു തിരിച്ചെഴുതിയില്ല. ഞാൻ വീടുവരെ അന്വേഷിച്ചു വന്നു. പ്രസാധകർക്ക് ഉടനെ കൊടുക്കണം. ഒരുകാര്യം ചെയ്യൂ. അതു തിരിച്ചുതരികയെങ്കിലും ചെയ്യൂ.

ഞാൻ ഒരു കുറ്റവാളിയുടെ കൊടിയ സങ്കോചങ്ങളിൽ ഒളിച്ചുനീറി. എങ്ങോട്ട് ഒളിച്ചോടാനാവും? അതിന്റെ ഫോട്ടോസ്റ്റാറ്റ് വാങ്ങിവെച്ചാൽ മതിയായിരുന്നു.

എത്രയോ രാത്രികളിൽ മുഹമ്മദ്ക്കാന്റെ പുസ്തകം എന്റെ ഉറക്കം കെടുത്തി. എത്ര നാൾ ഇങ്ങനെ ഒഴിഞ്ഞുമാറി നടക്കും? ഓരോ ദിവസം കഴിയുന്തോറും മനസ്സിൽ സമ്മർദം കൂടിക്കൂടി വന്നു.

പെട്ടെന്ന് ഒരു ദിവസം ഞാൻ തീരുമാനിച്ചു. ഇങ്ങനെപോയാൽ പറ്റില്ല. ഇതിനൊരവസാനം വേണം. നിലേശ്വരത്തേക്കു ബസ്സ് കയറുക. അദ്ദേഹത്തോട് കാര്യങ്ങൾ പറയുക. എന്തു ശിക്ഷയും ഏറ്റുവാങ്ങാൻ തയ്യാറാണെന്ന് അറിയിക്കുക.

ഞാൻ ചെല്ലുമ്പോൾ അദ്ദേഹം കടയിൽ ഒരു കസ്റ്റമർക്ക് ജ്യൂസടിച്ചു കൊടുക്കുകയായിരുന്നു. എന്നെ കണ്ടപാടെ എല്ലാ പരിഭവങ്ങളും മറന്ന് സന്തോഷത്തോടെ വന്നു കൈ പിടിച്ചു. ഒടുവിൽ നീ വന്നു അല്ലേ എന്ന അർത്ഥത്തിൽ പുഞ്ചിരിച്ചു. എത്ര ശ്രമിച്ചിട്ടും എനിക്കെന്റെ വിഷമഭാവം മറച്ചുപിടിക്കാനായില്ല. എന്താണ് ഞാൻ പറയേണ്ടത്? എങ്ങനെയാണ് തുടങ്ങേണ്ടത്? എങ്ങനെയാവും മുഹമ്മദ്ക്ക പ്രതികരിക്കുക? ഒരു ആയുഷ്കാല സമ്പാദ്യമാണ് ഞാൻ കൊണ്ടുപോയി നശിപ്പിച്ചത്? ഒരെഴുത്തുകാരന്റെ ആയുഷ്കാല സമ്പാദ്യം.

അദ്ദേഹം ചോദിച്ചു: "എന്തുപറ്റി? മുഖം വല്ലാതിരിക്കുന്നല്ലോ. കുടിക്കാ നെടുക്കട്ടെ?"

ഞാൻ പറഞ്ഞു: "എനിക്കു സംസാരിക്കാനുണ്ട്. നമുക്ക് ഒഴിഞ്ഞ ഒരിടത്ത് പോയിരുന്നുകൂടെ?"

"അതിനെന്താ, വാ."

അദ്ദേഹം കട സഹായിയെ ഏല്പിച്ച് എന്റെകൂടെ പുറത്തേക്കു വന്നു.

ഒഴിഞ്ഞ ഒരു ചായക്കടയിൽകയറി ഞങ്ങളിരുന്നു. ഒന്നും മിണ്ടാതി രിക്കുന്ന എന്നോട് മുഹമ്മദ്ക്ക പലതും ചോദിച്ചുകൊണ്ടിരുന്നു.

"എന്തുപറ്റി ശിഹാബ്? ഒന്നും പറയാത്തതെന്ത്? എന്റെ കഥകൾ കൊണ്ടുവന്നിരുന്നോ? എന്തോ കത്തിനൊന്നും മറുപടിയെഴുതിയില്ല? സത്യം പറഞ്ഞാൽ ഞാനാകെ ദേഷ്യത്തിലായിരുന്നു, നിന്റെ മുഖം കണ്ട പ്പോഴേ എന്റെ എല്ലാ പരിഭവവും തീർന്നു.

ഞാൻ ചായയൂതി കുടിച്ചുകൊണ്ടിരുന്നു.

പിന്നെ പതിയെ പറഞ്ഞു: "മുഹമ്മദ്ക്കാ, നിങ്ങൾ എന്നെയേല്പിച്ച കഥകളുടെ ഫോട്ടോ കോപ്പി വല്ലതുമുണ്ടോ?"

"ഇല്ല. എന്തേ?"

ഞാൻ മനസ്സിന്റെ വിങ്ങലടക്കി പതിയെ പറഞ്ഞു: "എഴുതിയ കഥ കളുടെ ലിസ്റ്റ്, അതുവന്ന പ്രസിദ്ധീകരണങ്ങൾ, വന്ന കാലയളവ്

ഇതൊക്കെ തന്നാൽ ഒരുവർഷം വേണമെങ്കിൽ അതൊക്കെ കണ്ടു പിടിക്കാൻ ഞാൻ എന്റെ ജീവിതം മാറ്റിവെക്കാം."

മുഹമ്മദ്ക്ക ചോദിച്ചു:

"എന്തേ അങ്ങനെ പറയാൻ? ഞാൻ തന്ന കഥകളില്ലേ കൈയിൽ?"

ഒരു നിമിഷം ഞാനദ്ദേഹത്തെ നോക്കി.

"ഇല്ല. ഇക്കഴിഞ്ഞ മഴയ്ക്ക് എന്റെ വീട് തകർന്നു പലതും നഷ്ടപ്പെട്ട കൂട്ടത്തിൽ നിങ്ങളുടെ കഥകളും നഷ്ടപ്പെട്ടു."

അദ്ദേഹം അവിശ്വസനീയമായി എന്നെ സൂക്ഷിച്ചുനോക്കി.

പിന്നെ ആ ഷോക്കിൽനിന്ന് ഉണർന്ന് അലറുംപോലെ ചോദിച്ചു:

"എന്താ നീയീ പറേണത്? എന്റെ കഥയൊക്കെ പോയീന്നോ? എവിട്ന്നു കണ്ടുപിടിക്കാൻ അതൊക്കെ?" അദ്ദേഹം ഒരു ഭ്രാന്തനെപ്പോലെ വിങ്ങിപ്പൊട്ടി. "എന്റെ ജീവിതത്തിലെ ഒരേയൊരു സമ്പാദ്യമാണത്. നീയതെന്തു ചെയ്തു?"

അദ്ദേഹം അതുതന്നെ ആവർത്തിച്ചു പറഞ്ഞു.

ഞാൻ മുഹമ്മദ്ക്കാന്റെ കൈപിടിച്ചു. "എന്തു പരിഹാരം ചെയ്യാനും ഞാൻ തയ്യാറാണ്."

അദ്ദേഹം കൈ തെറിപ്പിച്ചു.

ജീവിതത്തിൽ ഒരിക്കൽപ്പോലും ആളുകളോടു മുഷിഞ്ഞു സംസാരിക്കാനിഷ്ടപ്പെടാത്ത, സ്നേഹിക്കാൻ മാത്രമറിയുന്ന മുഹമ്മദ്ക്ക.

"എന്തു പരിഹാരം? നീ എന്നോടെന്തിനിതു ചെയ്തു?" അദ്ദേഹം കരയുമെന്ന മട്ടിലായപ്പോൾ പരിസരബോധത്തോടെ ഞാൻ പറഞ്ഞു:

"ഇനി ഒരുപക്ഷേ, അതു കിട്ടിക്കൂടെന്നുമില്ല. ഇനി അഥവാ, കിട്ടിയില്ലെങ്കിൽതന്നെ ഞാനീ കടം വീട്ടും. ഇത്തരം ഒരുപാട് കടങ്ങൾ വീട്ടാൻ ദൈവം എനിക്ക് അവസരം തന്നിട്ടുണ്ട്. എന്നെ വിശ്വസിക്കൂ."

കൊടുങ്കാറ്റുകളടങ്ങി.

മഴ തോർന്ന ആകാശത്തിനു കീഴെ ഞാൻ നാട്ടിലേക്കു ബസു കയറി.

പോകുന്നതിനുമുമ്പ് മുഹമ്മദ്ക്കാനോട് ഒരിക്കൽകൂടി ഞാനത് ഓർമ്മിപ്പിച്ചു.

"നിങ്ങളുടെ മിക്ക കഥകളും ഗൾഫ് പശ്ചാത്തലത്തിലുള്ളതാണ്. ജീവിതത്തിൽ ഒരാൾ ഒരു കഥയേ എഴുതുന്നുള്ളൂ. അതുകൊണ്ട് എല്ലാ കഥകളും ചേർത്ത് ഒരു നോവലാക്കിയെഴുതണം. ഞാനതു പ്രസിദ്ധീകരിപ്പിച്ചു തരും."

അദ്ദേഹം അവിശ്വസനീയമായി എന്നെ നോക്കി.

അടുത്ത മഴക്കാലത്തിനുമുമ്പ് ഞാൻ വീണ്ടും കോഴിക്കോട്ടെ ആ മാസികയിൽ ജോലിക്കു ചേർന്നു. ആദ്യദിവസംതന്നെ ഞാൻ മുഹമ്മദ്ക്കാക്ക് ഫോൺ ചെയ്തു. ഞാൻ പറഞ്ഞ നോവലെന്തായി?

"ഞാനാലോചിക്കട്ടെ." അദ്ദേഹം മറുപടി നൽകി. ഞാൻ നിരന്തരം അദ്ദേഹത്തിനു നോവലിന്റെ കാര്യം ഓർമ്മിപ്പിച്ച് എഴുതി. സൗകര്യപ്പെട്ടപ്പോഴൊക്കെ വിളിച്ചു. ഒരുദിവസം അദ്ദേഹം സന്തോഷത്തോടെ അറിയിച്ചു: "ശിഹാബേ, നോവൽ റെഡി." എനിക്കു സന്തോഷംകൊണ്ട് ശ്വാസംമുട്ടി. വായിച്ചപ്പോൾ നല്ല നോവൽ. ജീവിതത്തിൽ അദ്ദേഹമെഴുതിയ നോവൽ. നോവലിനു ഞങ്ങൾ ആലോചിച്ച് ഒരു പേരുമിട്ടു. 'മണൽഘടികാരം'. മാസികയിൽ മറ്റൊരു നോവൽ പ്രസിദ്ധീകരണ മോക്ഷം പ്രതീക്ഷിച്ചു കിടക്കുന്നുണ്ടായിരുന്നു. നാസർ താനൂർ എന്ന എഴുത്തുകാരന്റെ നോവൽ.

ചെറിയൊരഴിമതി. (ചെറുതല്ല, വലുതുതന്നെ) ആ നോവൽ മാറ്റി വെച്ച് 'മണൽഘടികാരം' പ്രസിദ്ധീകരിക്കുന്നുവെന്നു പരസ്യം കൊടുത്തു. ഇരുപത്തിരണ്ട് അധ്യായം. മാസികയുടെ സർക്കുലേഷൻ പോലും ആ നോവൽ കാരണം വർധിച്ചു. ഹൃദയസ്പർശിയായ നോവൽ എന്നു വായനക്കാരുടെ നൂറുകണക്കിനു കത്തുകൾക്കു ഞാൻ ദൃക്സാക്ഷിത്വം വഹിച്ചു. ബിജു കാഞ്ഞങ്ങാടിന്റെ ഒന്നാംതരം സ്കെച്ചുകളും. അതിപ്പോൾ പുസ്തകമാക്കാനുള്ള ശ്രമത്തിലാണ് മുഹമ്മദ്ക്ക.

ഇക്കഴിഞ്ഞമാസം ഞാൻ ഷാർജയിൽവച്ച് നാസർ താനൂരിനെ കണ്ടു. ജീവിതത്തിൽ ആദ്യമായി. ഞാൻ പറഞ്ഞു: "എനിക്ക് നിങ്ങളോട് ഒരു മാപ്പപേക്ഷയുണ്ട്. നിങ്ങളുടെ നോവൽ പ്രസിദ്ധീകരിക്കാൻ താമസിച്ചതിനു പിന്നിൽ എന്റെയൊരു അഴിമതിയുണ്ടായിരുന്നു." സഹപ്രവർത്തകനായ ഇബ്രാഹിം ടി.എൻ.പുരത്തോട് അതു 'മണൽഘടികാരം' കഴിഞ്ഞ് പ്രസിദ്ധീകരിക്കാമെന്നു പറഞ്ഞതു ഞാനാണ്. ഇബ്രാഹിം നല്ലവനായതുകൊണ്ട് നിങ്ങളോടതു പറയില്ല എന്നെനിക്കറിയാം.

ലോകത്തെ മുഴുവൻ വലിയ സന്തോഷമായി കാണുന്ന നാസർ വസന്തം പോലെ ചിരിച്ചു: "ഏയ്, അതൊന്നും സാരമില്ല. എന്റെ നോവലും വന്നല്ലോ." ∎

ഒബിയില്ലാഹി തൗഫീക്ക്

ആശയവിനിമയ സൗകര്യങ്ങൾ വർധിക്കുന്തോറും മനുഷ്യബന്ധം ദൂരേക്കു ദൂരേക്ക് പോകും എന്നതിന് ഏറ്റവും നല്ല ഉദാഹരണമായി പറയാവുന്നതാണ് ഗൾഫുജീവിതം. 1994ലാണ് ആദ്യമായി ഞാൻ ഗൾഫിലേക്കു പോകുന്നത്. അന്നു മൊബൈൽ വന്നിട്ടില്ല. പകരം പേജർ എന്ന സാങ്കേതികോപകരണമാണ്. അത് ബെൽട്ടിൽ ക്ലിപ്പ് ചെയ്തുവെക്കുന്നത് പലർക്കും ഒരലങ്കാരമായിരുന്നു. ഒരു ലാന്റ് ഫോണിൽനിന്ന് വിളിച്ചാൽ പേജർ ശബ്ദമുണ്ടാക്കും. അതിൽ വിളിച്ച ഫോണിന്റെ നമ്പർ തെളിയും. ഉടനെ ഏതെങ്കിലും ലാന്റ് ഫോണിൽനിന്നു തിരിച്ചങ്ങോട്ട് വിളിക്കും. അതിനും അഞ്ചുപത്ത് വർഷം മുമ്പ് ലാന്റ് ഫോൺമാത്രമായിരുന്നു ആശ്രയം. അതുതന്നെ വലിയ ആർഭാടം. മലയാളി തൊണ്ണൂറുകളുടെ ആദ്യപകുതിവരെ സജീവമായി കത്തുകളെഴുതിയിരുന്നു. ഇന്നിപ്പോൾ മൊബൈൽ, ഇന്റർനെറ്റ് വിളികൾ; വെബ്ക്യാമറവെച്ച് മുഖാമുഖം സംസാരിക്കാം. വലിയ ചെലവില്ല. എത്ര സമയം വേണമെങ്കിലും സംസാരിക്കാം.

പക്ഷേ, വിവരസാങ്കേതികത നമുക്കു മുന്നിൽ വരച്ചിട്ട അത്യപാരമായ സൗകര്യങ്ങൾ ഹൃദയത്തിന്റെ അടിത്തട്ടിൽനിന്ന് ഉദ്ഭവിക്കുന്ന വികാരങ്ങളെ ആവിഷ്കരിക്കുന്നതിൽ എന്തോ ഒരു തടസ്സം സൃഷ്ടിക്കുന്നുവെന്നു സൂക്ഷിച്ചുനോക്കിയാൽ കാണാം. സാങ്കേതികത നമുക്കു നൽകുന്ന സുരക്ഷിതത്വബോധം കൊണ്ടാണോ അത്? ഒരു 'ബട്ടനകലെ' എപ്പോഴും മകൻ/ഭർത്താവ്/ഭാര്യ/മകൾ/ഉമ്മ/ഉപ്പ/ജേഷ്ഠൻ/അനുജൻ/സ്നേഹിതൻ ഉണ്ട് എന്ന ബോധം നമ്മെ ആശ്വസിപ്പിക്കുന്നതാണോ? എനിക്കു തോന്നുന്നത് സാങ്കേതികവിദ്യ നമ്മുടെ ഏകാന്തധ്യാനത്തെ ശിഥിലമാക്കിയെന്നാണ് (സാങ്കേതികവിദ്യയെ അങ്ങേയറ്റം സ്തുതിച്ചുകൊണ്ടുതന്നെയാണ് ഇങ്ങനെ എഴുതുന്നത്?). കേരളത്തിലായാലും സ്ഥിതി ഇതുതന്നെ. വായനാശീലത്തെ കുറച്ചത് ടെലിവിഷനാണെന്നു നമ്മൾ പറയുന്നുണ്ട്. സത്യത്തിൽ അതിനേക്കാൾ മാരകമായ പ്രശ്നക്കാരൻ മൊബൈൽഫോണാണ്. വളരെയേറെ ഉപകാരം ചെയ്യുകയും (ഗൾഫിൽ വഴി പറഞ്ഞുകൊടുക്കുന്ന ഇരുപത്തിനാല് മണിക്കൂർ ടോർച്ചാണത്. മൊബൈലില്ലാതെ ഇനി ആർക്കും ഗൾഫിൽ കഴിയാനാവില്ല).

അത്രതന്നെ ഉപദ്രവിക്കുകയും ചെയ്യുന്നുണ്ട് ഈ ഉപകരണം. ഉപരിപ്ലവമായ വാക്കുകൾ നമുക്കിടയിൽ വർധിച്ചതിന്റെ പ്രധാനകാരണം മൊബൈൽഫോണിന്റെ വരവാണ്. വ്യക്തിയുടെ സ്വകാര്യതകൾ വളരെ ഉപരിപ്ലവമായി ഉപയോഗിക്കാനാണ് അതു നമ്മെ നിർബന്ധിക്കുന്നത്. വ്യക്തിയുടെ ഏകാന്തധ്യാനം അതിനകത്തില്ല. കാരണം സംസാരിക്കുന്നതിനിടയിൽ ഒരാൾ ഒരല്പം ആലോചിച്ചു നിന്നുപോയാൽ മറ്റേ ഭാഗത്ത് അസ്വസ്ഥത വരും, ചോദ്യംവരും, എന്തുപറ്റി! ഹലോ...ഹലോ... ഇങ്ങനെ ഏകാന്തധ്യാനത്തെ ശിഥിലമാക്കുകവഴി നമ്മുടെ മനസ്സിന്റെ അടിത്തട്ടിലെ പ്രകാശനങ്ങൾ നിലച്ചുപോവുന്നു. കത്തുകൾ അങ്ങനെയല്ല, കത്തെഴുതുമ്പോൾ ആ വ്യക്തി ഒറ്റയ്ക്കാണ്. അയാളുടെ ഏകാന്തതയും അതിന്റെ ഉപലബ്ധിയായ ധ്യാനവും കൂടെയുണ്ട്. ആത്മാവിന്റെ ഭാവങ്ങൾ അതു കഴിയാവുന്ന ഭാഷയിൽ വെളിപ്പെടുത്താൻ ശ്രമിക്കുന്നുണ്ട്. കത്ത് വായിക്കുന്ന അനുഭവവും അങ്ങനെതന്നെ.

പ്രവാസത്തിന്റെ ആദ്യകാലങ്ങളിൽ ഒന്നും രണ്ടും മാസം കഴിഞ്ഞെത്തുന്ന കത്തുകളിൽ ഉമ്മ മകനയച്ച വരികളിൽ ഒരിക്കലും തണുക്കാത്ത, ചൂടുള്ള, മിടിക്കുന്ന ഹൃദയമുണ്ടായിരുന്നു. എവിടെയാണ് എന്റെ മോൻ, എന്റെ ഉമ്മ, മക്കൾ, ഭാര്യ എന്ന വിരഹത്തിന്റെ ഏകാന്ത സാന്ദ്രത ആ വരികൾ ഒപ്പിയെടുത്തിരുന്നു. "ഒബില്ലാഹി തൗഫീഖ്. എനിക്ക് ഇഹത്തിലും പരത്തിലും വേണ്ട മകൻ വായിച്ചറിയുവാൻ ഉമ്മ എഴുതുന്നത് എന്തെന്നാൽ..." എന്നാണ് വടക്കേ മലബാറിലെ മുസ്ലിങ്ങളുടെ കത്തുകളിൽ മിക്കവയും ആരംഭിക്കുന്നത്. കത്തിന് ഏറ്റവും മുകളിൽ ബിസ്മി എന്നോ 786 എന്നോ എഴുതിയിരുന്നു.

അത്യപാരമായ സ്നേഹത്തിലും ത്യാഗത്തിലും ആ വരികൾ മുങ്ങിക്കിടന്നു. അടുക്കുന്തോറും അകലുകയും അകലുന്തോറും അടുക്കുകയും ചെയ്യുന്നവരായി യന്ത്രങ്ങൾ നമ്മെ പരിവർത്തിപ്പിച്ചുകൊണ്ടിരിക്കുകയാണോ? പക്ഷേ, ഇ-മെയിലുകൾ അപ്പോഴും ബാക്കിനിൽക്കുന്നുണ്ട്. ഉപചാരങ്ങൾക്കും ഉപരിപ്ലവതയ്ക്കും അപ്പുറം അതു മനുഷ്യഹൃദയങ്ങളുടെ ഏകാന്തതകളെ ലാക്കാക്കി തുഴയട്ടെ! ∎

ചെരിപ്പ് അകത്തേക്കെടുത്തു വെക്കാത്ത യാത്രികൻ

ലോകത്തിലെ എല്ലാ സംസ്കാരങ്ങളെയും പുതുക്കിപ്പണിയുകയോ അട്ടിമറിക്കുകയോ ചെയ്തതു യാത്രകളാണ്. യാത്രകൾ മനുഷ്യർക്കു പുതിയ അവബോധങ്ങളും തിരുത്തൽപ്രേരണകളും നല്കുന്നു. ജ്ഞാന ദൃഷ്ടി ഒട്ടുമില്ലാത്ത ആളുകളുടെ കാര്യമല്ല പറയുന്നത്. അവർ ലോകം മുഴുവൻ യാത്രചെയ്താലും ഒരു മാറ്റവും വരില്ല! ഇവർ സ്വർഗ്ഗത്തിൽ പോയാലും സ്വർഗ്ഗത്തിന്റെ തൂൺ ഉരച്ചുനോക്കി ഇത് 18 കാരറ്റല്ലേയുള്ളൂ എന്ന് പറയും. അത്തരക്കാരെപ്പറ്റി ഒന്നും പറയാനില്ല.

കണ്ണുകളല്ല, ധൈഷണികത അലിഞ്ഞുചേർന്ന ജ്ഞാനക്കണ്ണാണ് വേണ്ടത്. വേദോപനിഷത്തുകളിൽ എമ്പാടും മാനസികയാത്രകളെപ്പറ്റി പറയുന്നു. ചിലർ ഇരുന്നിടത്ത് ലോകത്തെ വരുത്തും. മഹർഷികളങ്ങനെ യാണ്. എങ്ങും പോകാതെ ലോകസഞ്ചാരങ്ങളിലേർപ്പെടും. അത്തരം അതിമാനുഷരുടെ കാര്യം ചർച്ച ചെയ്യാൻ നമുക്കർഹതയില്ല.

എന്റെ ഗ്രാമത്തിൽനിന്ന് കഷ്ടിച്ച് മൂന്നുകിലോമീറ്റർ സഞ്ചരിച്ചാൽ കടൽത്തീരമായി. കടലിന്റെ അലറിപ്പൊളിയുന്ന തിരയും അതിന്റെ അനന്തതകളും കണ്ട് നന്നേ കുട്ടിയായ ഞാൻ അമ്പരന്നുനിന്നു. എല്ലാ മനുഷ്യരും അങ്ങനെ അമ്പരന്നിട്ടുണ്ടാകും. ആദ്യം കടൽ കണ്ടതു പോലെയല്ല പിന്നീട് കാണുക. നമ്മുടെ ധാരണകളെ അതു കുടഞ്ഞെ റിയും. ആറോ ഏഴോ വയസ്സുള്ളപ്പോഴാണ് ഞാൻ കടൽ കാണുന്നത്. ഈ കടലിന്റെ അപ്പുറത്ത് എന്താണെന്ന എന്റെ ചോദ്യത്തിനു മറുപടി കിട്ടാൻ വർഷങ്ങൾതന്നെ എടുത്തു എന്നു പറയുമ്പോൾ വായനക്കാർക്ക് അവിശ്വാസം വന്നേക്കും. ഗ്രാമീണരും വിദ്യാഭ്യാസം കുറഞ്ഞവരും നിറ ഞ്ഞതായിരുന്നു അക്കാലത്തെ എന്റെ ഗ്രാമം. കടലിന് അക്കരെയില്ല എന്നാണു പലരും വിശ്വസിച്ചിരുന്നത്. പിന്നീട് സ്ക്കൂളിൽ വെച്ച് അങ്ങനെയല്ല എന്നു മനസ്സിലായി. ഞങ്ങളുടെ നാട്ടിൽ യാത്ര ചെയ്യു ന്നവർ വളരെ കുറവായിരുന്നു. ഇപ്പോൾ അങ്ങനെയല്ല. ഗൾഫ് മണിയുടെ പുണ്യത്താൽ വിദ്യാഭ്യാസമൊക്കെ നേടിയ കുട്ടികൾ ധാരാളം. അവരിൽ അപൂർവ്വം പേർ ലോകത്തിലെ പല രാജ്യങ്ങളും കണ്ടുകൊണ്ടിരിക്കുന്നു.

ചിലരിൽ മാറ്റങ്ങൾ ഉണ്ടാകുന്നു. യാഥാസ്ഥിതികമായ ആളുകൾക്ക് ഒരു മാറ്റവും ഉണ്ടാകുന്നില്ല. മരിക്കുന്നതുവരെ അവർ ഒരു തിരുത്തലും ജീവിതത്തിൽ നടത്താതെ പണത്തെ മാത്രം ആരാധിച്ച് ഒരു വിഡ്ഢിയായി കടന്നുപോകും.

മലയാളിസമൂഹത്തെ മാറ്റിമറിച്ചതു യാത്രകൾതന്നെയാണ്. നീണ്ട തീരങ്ങളുണ്ടായിട്ടും യാത്രാവിമുഖരായിത്തന്നെയാണ് കേരളീയർ കഴിഞ്ഞത്. മറിച്ച് ഈ തീരത്തേക്ക് മറ്റ് അനേകം രാജ്യങ്ങളിൽനിന്ന് പ്രവിശ്യകളിൽനിന്ന് ആളുകൾ കേരളത്തിലേക്കു വരികയായിരുന്നു. ഇരുപതാംനൂറ്റാണ്ട് പിറക്കേണ്ടിവന്നു മലയാളികൾ യാത്രചെയ്യാൻ! ചേരമാൻ പെരുമാളിന്റെ യാത്രയൊക്കെ ഒറ്റപ്പെട്ട സംഭവംമാത്രം. നമ്മുടെ നീണ്ട യാത്ര എന്നു പറയുന്നത് ഹജ്ജ്പോലുള്ളവയ്ക്കുവേണ്ടി. ഈ യാത്രാവൈമുഖ്യം ഇന്ത്യയുടെ അബോധത്തിലുണ്ട്. കടൽ കടന്നാൽ ഭ്രഷ്ട് സംഭവിക്കും എന്ന ജാതിവിചാരം അതിന്റെ ആന്തരികപ്രേരണയാവാം.

കാര്യം ഇങ്ങനെയാണെങ്കിലും യാത്രതുടങ്ങിയപ്പോഴാണ് മലയാളി മാറിയത്. മലയാളി ഗൾഫിലേക്കു യാത്രചെയ്യാൻ കൂട്ടാക്കിയില്ലെങ്കിൽ ഇന്നത്തെ കേരളമായിരിക്കില്ല. മറ്റൊരു ബീഹാറോ, ഹരിയാനയോ ആയിരിക്കുമത്. മദിരാശിയിൽ, ബാംഗ്ലൂരിൽ, ബോംബെയിൽ, ഡൽഹിയിൽ, സിലോണിൽ, ബർമ്മയിൽ, മലേഷ്യയിൽ, സിംഗപ്പൂരിൽ തൊഴിലിനുവേണ്ടി മലയാളി യാത്ര ചെയ്തപ്പോഴും കേരളം മാറി. ഗൾഫിന്റെ യത്ര വരില്ല എന്നു മാത്രം. തൊഴിൽതേടിയുള്ള യാത്രകളാണിവയൊക്കെ. തൊഴിൽ മാത്രമല്ല, അത്തരം യാത്രകൾ നല്കിയത്. പുതിയ അവബോധങ്ങളും ഉണർവുകളും നമ്മൾ സമ്പാദിച്ചു.

എം.കെ. മേനോൻ എന്ന വിലാസിനിയായിരിക്കണം മലയാളത്തിലെ ഏറ്റവും പ്രശസ്തനായ ആദ്യത്തെ പ്രവാസിസാഹിത്യകാരൻ. അദ്ദേഹം വളരെക്കാലം മലേഷ്യയിൽ, സിംഗപ്പൂരിൽ ജീവിച്ചു. അതിന്റെ സാഹിത്യപരമായ ഉപലബ്ധികൾ കേരളത്തിന് ലഭിച്ചു. പുതിയ കാഴ്ചപ്പാടുകൾ കേരളീയ സംസ്കാരികതയ്ക്കു ലഭിച്ചു. മാധവിക്കുട്ടി കൽക്കത്തയിൽ പോയി ജീവിച്ചു. കൽക്കത്തയിലെ ജീവിതം തന്റെ സാഹിത്യാവബോധത്തിനു നല്കിയ വിലപ്പെട്ട സംഭാവനയെക്കുറിച്ചു (Summer in Culcutta) പോലുള്ള സർഗ്ഗാത്മകരചനകൾ കൂടാതെ) അവർ പലവുരു പറഞ്ഞിട്ടുണ്ട്. ബഷീർ വലിയ യാത്രകൾ ചെയ്താണ് തിരിച്ചുപോന്നത്. യാത്രകൾ തന്നെ മാറ്റിത്തീർത്തതായി ബഷീറും നമ്മോടു പറഞ്ഞിട്ടുണ്ട്. മലയാള സാഹിത്യത്തിനും സംസ്കാരത്തിനും പുതുജീവൻ നല്കിയവരിൽ ഏറെ പേരും ദില്ലിയിലും മറ്റും ജീവിച്ചവരാണ്. ആനന്ദിന്റെ 'ആൾക്കൂട്ടം' അങ്ങനെ പിറന്നതാണ്. ഒ.വി. വിജയൻ, സക്കറിയ, എം. മുകുന്ദൻ, വി.കെ.എൻ, എം.പി. നാരായണപിള്ള, വി.കെ. മാധവൻകുട്ടി. ഈ ലിസ്റ്റ് തീരുന്നില്ല. ദില്ലിജീവിതം അവരുടെ സർഗ്ഗാത്മക കാഴ്ചപ്പാടിനെ മറ്റൊന്നാക്കി. എഴുത്തുകാരുടെ ലോകത്തുമാത്രമല്ല ചിത്രകാരന്മാരുടെ

ജീവിതത്തെയും അതു മഹത്തരമാക്കി. കണ്ണൂർ കൂത്തുപറമ്പുകാരനായ ലോകപ്രശസ്ത ചിത്രകാരൻ കെ.ജി. സുബ്രഹ്മണ്യനെ കൽക്കത്തയാണ് സൃഷ്ടിച്ചത്. ഇതേ ദേശത്തിനടുത്തുള്ള പാട്യത്തുള്ള നമ്മുടെ പ്രിയ സിനിമാക്കാരൻ ശ്രീനിവാസൻ ഗതിപിടിച്ചതു നാടുവിട്ടപ്പോഴാണ്. ആധുനിക കേരളത്തിൽനിന്ന് ഒരു ഇടശ്ശേരിയോ, വൈലോപ്പിള്ളിയോ, കുഞ്ഞിരാമൻ നായരോ മാത്രം ഉണ്ടായി (അവരുടെ മാനസിക യാത്രയുടെ ജ്ഞാനസിദ്ധികൊണ്ട്). യൂസഫ് അറയ്ക്കൽ നാടുവിട്ടവരിലെ മറ്റൊരു ഇതിഹാസമാണ്. ഈ പട്ടിക തീരുന്നേയില്ല.

പ്രശസ്ത എൻജിനീയർമാരും പ്രമുഖവ്യവസായികളും നമുക്കുണ്ടായത് കേരളത്തിൽനിന്ന് അവർ നാടുകടന്നപ്പോഴാണ്. ഇ. ശ്രീധരൻ എന്ന പേർ വിട്ടുകളയാൻ പാടില്ലാത്ത ഒന്ന്. ഇങ്ങനെ പലായനം കൊണ്ട് മോക്ഷപ്രാപ്തി ലഭിക്കാനാണ് മലയാളിയുടെ വിധി എന്നുവേണം പറയാൻ. അടഞ്ഞുനില്ക്കുന്ന എന്തോ ഒന്നിനെ തള്ളിമാറ്റി കൂടുതൽ പ്രകാശനമാക്കുന്നുണ്ട്, മലയാളിയാത്രകൾ. ചിലർ അദ്ഭുതകരമാംവിധം ഇന്നും മുന്നേറിക്കൊണ്ടിരിക്കുന്നു. അതിൽത്തന്നെ അപൂർവ്വം പേർ മാത്രം സ്വയം പ്രാഞ്ചിയേട്ടന്മാരായി ജനങ്ങളെക്കൊണ്ടു പരസ്യമായി ബഹുമാനിപ്പിക്കുകയും സ്വകാര്യമായി ചിരിപ്പിക്കുകയും ചെയ്യുന്നു! ഇവരുടെ പ്രാഞ്ചിത്തരത്തെ അനുഭാവപൂർവ്വം കണ്ടില്ലെന്നു നടിക്കുന്നതാണ് നല്ലത്.

മലയാളികളുടെ പ്രവാസയാത്രകൾ കേരളത്തിന്റെ ഭൂപ്രകൃതിയെപ്പോലും മാറ്റി. ഇത്രയേറെ റോഡുകൾ കേരളത്തിലുണ്ടാകുന്നത് ഗൾഫിലേക്ക്, യൂറോപ്പിലേക്ക്, അമേരിക്കയിലേക്ക് മലയാളി നടത്തിയ പ്രവാസത്തിന്റെ ഫലമാണ്. ഗൾഫിൽ മലയാളികൾ തേടിപ്പോയ വഴികൾ നാട്ടിൽ വഴികളുണ്ടാക്കിയ മാജിക്കൽ റിയലിസമാണ്. പഴയകാല ഇടവഴികളും തോടുകളും പൊതുനിരത്തായി മാറി. സർക്കാർ പദ്ധതികൾപോലും പ്രവാസികളുടെ സമ്മർദ്ദഫലമായാണുണ്ടായിക്കൊണ്ടിരുന്നത്. ഗൾഫിലായിരുന്നെങ്കിൽ കരിപ്പൂർ വിമാനത്താവളം സംഭവിക്കുമായിരുന്നില്ല. ഇപ്പോഴിതാ കണ്ണൂരും. വിവിധതരം മണിട്രാഫിക്കുകൾ കേരളത്തിലെ മൂല്യവ്യവസ്ഥയെപ്പോലും സ്വാധീനിച്ചു.

പത്രം, ടെലിവിഷൻ, സിനിമ, സാംസ്കാരികം, ടൂറിസം, ആത്മീയ സ്ഥാപനങ്ങൾ എല്ലാറ്റിനെയും ഡ്രൈവ് ചെയ്യാനാവുംവിധം അതു വളർന്നു. അദ്ഭുതകരവും സ്ഫോടനാത്മകങ്ങളുമായ വളർച്ചയായിരുന്നു അത്. ലേബർക്യാമ്പിലും കെഫറ്റീരിയയിലും മറ്റും അറന്നൂറും എഴുന്നൂറും റിയാലിനു ജോലിചെയ്യുന്ന ബഹുഭൂരിപക്ഷം വരുന്ന തൊഴിലാളികൾ തൊട്ട് മാസാന്തം ശതലക്ഷങ്ങൾ സമ്പാദിക്കുന്ന ബിസിനസ്സുകാർ വരെ കേരളത്തിലെ വികസനത്തിൽ വലിയ പങ്കു വഹിച്ചു. വേദനയും ത്യാഗവും സഹനവും കൊടുത്തു ഗൾഫുകാരൻ നാടിനെ വികസനോന്മുഖമാക്കി. പക്ഷേ, എല്ലായ്പോഴും അവന് അവഗണനയും പുച്ഛവും തിരിച്ചുകിട്ടി. (എയർഇന്ത്യ പോലുള്ള സ്ഥാപനങ്ങൾ ഗൾഫ് മലയാളികളെ

നിരന്തരമായി അവഗണിക്കുകയും കൊള്ളയടിക്കാൻവേണ്ടി മാത്രമുള്ള താണ് എന്ന് ഇപ്പോഴും വിളംബരം ചെയ്തുകൊണ്ടിരിക്കുന്നു).

യൂറോപ്പിലേക്കോ അമേരിക്കയിലേക്കോ ഉള്ള മലയാളിയാത്ര പോലെയല്ല ഗൾഫുയാത്ര. അതു തിരിച്ചുവരാനുള്ളതാണ്. പതിനെട്ടാ മത്തെ വയസ്സിൽവന്ന ഒരാൾ തന്റെ നാല്പതുവർഷത്തെ യാത്രകളെല്ലാം തിരിച്ചുപോവാനായി നടത്തപ്പെടാനുള്ളതാണ്, അതുകൊണ്ട് ഒരു ഗുണ മുണ്ടായി. അവൻ അമേരിക്കൻ യൂറോപ്യൻ മലയാളിയെപ്പോലെയല്ല. നാടിനെ അഗാധമായി സ്നേഹിക്കുന്നു. അവിടെ സംഭവിക്കുന്ന നുള്ളു നുറുങ്ങുവാർത്തകൾപോലും അവൻ ജിജ്ഞാസയോടെ വായിക്കുകയും കാണുകയും ചെയ്യുന്നു.

ഒരിക്കലും ചെരിപ്പ് അകത്തേക്ക് എടുത്തുവെക്കാത്ത യാത്രികനാണ് ഓരോ ഗൾഫുകാരനും. ∎

സ്നേഹം തിന്നുകളഞ്ഞില്ലേ, ആ മൊബൈൽ ഫോൺ

ഗൾഫ് മലയാളിയുടെ 'സ്നേഹ സാംസ്കാരിക' ജീവിതത്തെ രണ്ടായി തിരിക്കാമെന്നു തോന്നുന്നു.

ഒന്ന് മൊബൈൽ ഫോൺ വരുന്നതിനു മുമ്പുള്ള കാലം.

രണ്ട് മൊബൈൽ ഫോൺ വന്നതിനു ശേഷമുള്ള കാലം.

1994ലാണ് ഞാനാദ്യമായി ഒരു ഗൾഫ് രാജ്യം കാണുന്നത്. യു.എ.ഇ. അപ്പോൾ കൊടുംചൂടിൽ കത്തുകയായിരുന്നു. ലാന്റ് ഫോൺ കഴിഞ്ഞാൽ പിന്നെ 'പേജർ' ആണ് ഒരു ആശയവിനിമയയന്ത്രം. അതു വന്നു തുടങ്ങിയിട്ടേയുള്ളൂ. ഏതെങ്കിലും പബ്ലിക്ബൂത്തിൽ കയറി നാണയമിട്ടാൽ മറ്റു ലാന്റ് ഫോണിലേക്കു വിളിക്കാനുള്ള സൗകര്യം ദുബായിലൊക്കെ വന്നു കഴിഞ്ഞിരുന്നു. 'പേജർ' എന്ന യന്ത്രത്തെപ്പറ്റി പഴയ തലമുറയ്ക്കറിയാം. ആ യന്ത്രത്തിലേക്ക് ലാന്റ്ഫോണിൽനിന്ന് ഡയൽ ചെയ്താൽ 'ബീപ്' എന്നൊരു ശബ്ദം വരും. പേജർ ഉള്ള ആൾ അതെടുത്തുനോക്കിയാൽ വിളിച്ച അളിന്റെ നമ്പർമാത്രം തെളിയും. അയാൾ അടുത്ത ഏതെങ്കിലും പബ്ലിക് ബൂത്തിൽചെന്ന് വന്ന നമ്പറിൽ ഫോൺ ചെയ്യും. സംസാരിക്കും. ഇതാണ് രീതി. ഏറക്കുറെ തൊണ്ണൂറുകളുടെ മധ്യത്തോടെതന്നെ എല്ലാ ഗൾഫ് രാജ്യങ്ങളിലും പേജർ സംവിധാനം വന്നുകഴിഞ്ഞിരുന്നു. മൊബൈൽ ഫോണിനും ലാന്റ്ഫോൺ കാലത്തിനുമിടയിൽ കടന്നുവന്നു സാർവ്വത്രികമാവുകയും മൊബൈലിന്റെ വരവോടെ അകാല ചരമം പ്രാപിക്കുകയും ചെയ്തു, പേജർ. പക്ഷേ, ഗൾഫിൽ പേജറിനും മൊബൈലിനും മുമ്പുള്ള കാലം ഒന്ന് ഓർത്തുനോക്കൂ. ഇതിനകം മൊബൈൽഫോൺ ശരീരത്തിലെ ഒരവയവംപോലെ ആയിത്തീർന്ന ഗൾഫുകാരന്റെ സമകാലീന ജീവിതത്തിൽനിന്നു ചിന്തിക്കുമ്പോൾ തല കറങ്ങും. നാട്ടിലെപ്പോലെയല്ല, മൊബൈൽഫോണില്ലാതെ ഗൾഫിൽ ജീവിക്കുന്നത് ഇന്ന് അസാധ്യമാണ്. പകലിലും ഉപയോഗിക്കുന്ന ടോർച്ചുപോലെയാണത്. ഏതു വിജനമായ മരുഭൂമിയിലും വഴിപറഞ്ഞുകൊടുക്കാൻ കഴിയുന്ന സംസാരിക്കുന്ന ടോർച്ച് (പണ്ട് ബഷീർ വാഷിങ് മെഷീനെപ്പറ്റി പറഞ്ഞതു തുണിയലക്കുന്ന ഫ്രിഡ്ജ് എന്നാണ്! ആ

കാലത്ത് വാഷിങ് മെഷീൻ വന്നു തുടങ്ങിയിട്ടേയുള്ളൂ എന്നോർക്കുമ്പോഴാണ് ഈ പ്രയോഗത്തിന്റെ രസം.) ഇന്നിപ്പോൾ ദിവസേനയെന്നോണം മൊബൈൽഫോണിന്റെ പുതിയ പുതിയ എഡിഷനുകളും മോഡലുകളും 3 ജിയും 4 ജിയുമൊക്കെയായി അത് പാം കമ്പ്യൂട്ടർ തന്നെയായിത്തീർന്നു. ഏറ്റവും പുതിയ മൊബൈൽ ആദ്യമിറങ്ങുന്നതും ഗൾഫ് രാജ്യങ്ങളിൽതന്നെ.

ഇനി പഴയകാല ഗൾഫ് ജീവിതത്തെപ്പറ്റി. ആദ്യകാലത്ത് നമ്മൾ ബോംബെവഴി സൗദിയിലും ദുബായിലുമൊക്കെ എത്തുന്നു. (ലോഞ്ചിൽ, വിമാനത്തിൽ) നാട്ടിൽനിന്നു പുറപ്പെട്ട് രണ്ടുമൂന്നു ദിവസം വേണം ബോംബെയിലെത്താൻ. ആൾ പോയി രണ്ടാഴ്ച കഴിഞ്ഞേ വല്ല വിവരവും അറിയൂ. പല ഗ്രാമങ്ങളിലും ടെലിഫോൺതന്നെയില്ല. തപാലാപ്പീസാണ് ഏക ആശ്രയകേന്ദ്രം. ചിലപ്പോൾ ടെലഗ്രാം കിട്ടിയെന്നും വരാം. ട്രെയിനിലാണ് ബോംബെയ്ക്കു പോവുക. കൊങ്കൺ റെയിൽവേ വരുന്നതിനു മുമ്പ് ഹൈദരാബാദ് വഴിയൊക്കെ കൽക്കരി വണ്ടി കിതച്ചെത്തണം. റെയിൽവേസ്റ്റേഷനിൽ യാത്രയാക്കാൻ അസംഖ്യം ബന്ധുജനങ്ങൾ, സുഹൃത്തുക്കളുണ്ടാവും. വണ്ടി വരുന്നതിനുമുമ്പ് പ്രാർത്ഥനകൾ ഉണ്ടായിരുന്നു. വികാരസാന്ദ്രമായിരുന്നു ആ 'ദു ആ' ഇരക്കലുകൾ. കാരണം പ്രവാസപ്പെടൽ ഒരു പകുതി മരണതുല്യമായ വേർപാടാണ്. ഗൾഫിലെത്തുന്നതോടെ ആശയവിനിമയം പിന്നെയും അടഞ്ഞുപോവും.

മരുഭൂമിയിലെ ചെറിയ ചെറിയ 'ഹബ്ബു'കളിലാണ് മലയാളി കൂട്ടായ്മകൾ. ദുബായിലാണെങ്കിൽ കാദറോട്ടൽ. സൗദിയിലും ഖത്തറിലും കുവൈറ്റിലുമൊക്കെ അത്തരം 'ഹബ്ബു'കൾ ഉണ്ട്. വികാരത്തള്ളിച്ചയുടെ അന്തരീക്ഷമാണവിടെ മിക്ക ദിവസങ്ങളിലും. നാട്ടിൽ നിന്നു വന്ന ആൾ. അയാളുടെ കൈയിൽ പലർക്കായി കൊടുത്തയച്ച കത്തുകൾ, പലഹാരങ്ങൾ, വിശേഷങ്ങൾ. പണ്ട് നാട്ടിൽ കണ്ടു നേർത്ത പരിചയമുള്ള ആൾ പോലും അടുത്ത ബന്ധുവായി മാറിയിരിക്കുന്നു! സാംസ്കാരിക ബന്ധുത്വമെന്നതു രക്തബന്ധംപോലുള്ള ഒന്നാണ് വിദേശത്ത് താമസിക്കുന്നവർക്ക്. നാട്ടുവിശേഷങ്ങളുടെ ഒരു നിരതന്നെ അയാൾ പറഞ്ഞു തീർക്കുന്നു. പിന്നെ മുറിയിലെ ഒത്തുചേരൽ. തൊഴിലില്ലാത്ത ആൾക്കു പണികിട്ടുന്നതുവരെ ഒരു ബന്ധുവിനെപ്പോലെ സംരക്ഷിക്കുന്നു. അയാളുടെ താമസം, ഭക്ഷണം, വസ്ത്രം എല്ലാറ്റിനും ശ്രദ്ധയാണ്. കാരണം അയാൾ രക്തബന്ധംപോലെയുള്ള സംസ്കാരികബന്ധുവാണ്. ഒരേ നാട്ടിൽ പിറന്ന ഉടപ്പിറപ്പ്. 'നാട്ടുപിറപ്പ്'. ദുഃഖങ്ങൾക്ക്, സന്തോഷത്തിന്, ഉത്കണ്ഠയ്ക്ക്, നിസ്സഹായതയ്ക്ക് ഒരേ സാംസ്കാരിക നിറമാണ്. കെട്ടിക്കാറായ പെങ്ങന്മാർ, മേൽക്കൂര വീഴാറായ വീട്, സ്ഥിരം അസുഖക്കാരാണ് ഉമ്മയും ഉപ്പയും, ഒരേ പ്രശ്നങ്ങൾ, ഒരേ ഭാഷ, സാംസ്കാരിക കാലാവസ്ഥ ഒന്ന്.

തന്നിലൂടെ അവനവനെ കാണാൻ കഴിയുന്ന മാനസികാവസ്ഥയുടെ പേരാണ് സ്നേഹം. അതിനു സാമൂഹികത എന്നും പറയും. ആദ്യകാല

ഗൾഫ് മലയാളികൾ ഇവ്വിധം കണ്ടുമുട്ടുമ്പോൾ ഉറവയെടുക്കുന്ന സ്നേഹം സിംപതിയിൽനിന്നല്ല എമ്പതിയിൽ നിന്നാണുണ്ടായത്. സഹ താപംപോലെയല്ല സഹാനുഭൂതി. സഹതാപത്തിന് ഒരു അന്യവത്കര ണമുണ്ട്. ഗൾഫ് മലയാളികളുടെ ആദ്യകാല ബന്ധത്തിന്റെ ഊഷ്മള തയ്ക്കു തീവ്രത കുറഞ്ഞു എന്നാണ് ഇതെഴുതുന്ന ആളിന്റെ അഭി പ്രായം. അതിന്റെ പ്രധാന കാരണം വിവരസാങ്കേതികരംഗത്ത് വന്ന വളർച്ചയാണ്. മൊബൈൽഫോൺപോലുള്ള യന്ത്രങ്ങളാണ്. വിവര സാങ്കേതികത വളരെ കുറഞ്ഞുമാത്രമുണ്ടായിരുന്ന കാലത്ത് നാമനുഭ വിച്ചിരുന്നത്ര അരക്ഷിതാവസ്ഥ ഇന്നില്ല. പുറപ്പെട്ടാൽ പുറപ്പെട്ടു. എത്തി യാലെത്തി. ഇടയ്ക്ക് വിവരമറിയാൻ ഒരു മാർഗ്ഗവുമില്ല. കരുണാനിധി യായ ദൈവത്തിങ്കൽ സർവ്വം സമർപ്പിച്ചുകൊണ്ട് ആകാശത്തേക്കു നോക്കി പ്രാർത്ഥിക്കുക. അത്രതന്നെ.

ഇന്ന് ദൈവംതന്നെ ആകാശത്തുള്ള സാറ്റലൈറ്റ്വഴി ഫോണിൽ സംസാരിക്കാനുള്ള സൗകര്യം മനുഷ്യകുലത്തിനു നൽകിക്കഴിഞ്ഞു. ഇതുവഴി അവൻ കൂടുതൽ സുരക്ഷിതബോധം (Security feeling) അനു ഭവിക്കുന്നു. നാലഞ്ചു മണിക്കൂർകൊണ്ട് നാം കരിപ്പൂരിലോ കൊച്ചിയിലോ എത്തുന്നു. വിമാനം ലാന്റ്ചെയ്യുമ്പോഴേക്കും മൊബൈൽ ഓൺചെയ്ത് പുറത്ത് ജിദ്ദ എയർപോർട്ടിലോ റിയാദ് എയർപോർട്ടിലോ നിൽക്കുന്ന ബന്ധുവിനെ/സുഹൃത്തിനെ വിളിക്കുന്നു. അയാൾ കൊണ്ടുവന്ന കാറിൽ താമസസ്ഥലത്തേക്കുപോകുന്നു. ആൾ ലാന്റ് ചെയ്ത കാര്യം ലോകം മുഴുവൻ നൊടിയിടകൊണ്ട് അറിയുന്നു. മൊബൈൽഫോണിനു മുമ്പുള്ള കാലം അങ്ങനെയായിരുന്നില്ല. നിമിഷങ്ങളുടെ ഓരോ കോശത്തിലും അരക്ഷിതബോധത്തിന്റെയും ഉത്കണ്ഠയുടെയും നിലവിളിയാണ്. മൗന മായ നിലവിളി.

എവിടെ എപ്പോൾ എത്തുമെന്നറിയില്ല. ആരെ എപ്പോൾ കാണു മെന്നറിയില്ല. എങ്ങനെ കണ്ടുപിടിക്കുമെന്നറിയില്ല. പക്ഷേ, ഗൾഫിലെ മണലാരണ്യത്തിന് എന്താണെന്നറിയില്ല, അസാധാരണ സുരക്ഷിത വലയം ഉണ്ട്. അത് എപ്പോഴും മനുഷ്യരെ സംരക്ഷിച്ചുനിർത്തും. എങ്കിലും അരക്ഷിതബോധം അനിശ്ചിതമായിത്തന്നെ ഗൾഫ് ജീവിത ത്തിലുണ്ടായിരുന്നു. അതുകൊണ്ട് മരുഭൂമിയുടെ വിജനതയിൽ തൊട്ട ടുത്തു കാണുന്ന മലയാളി നാട്ടുകാരൻ അവന്റെ ഏറ്റവും അടുത്ത ബന്ധുവും സ്നേഹിതനുമാണ്. അവന്റെ പ്രശ്നങ്ങൾ അയാളുടേതു മാണ്. അവൻ രക്ഷപ്പെടുന്നതു തന്റേയും ആവശ്യമാണ്. എന്നാൽ വിവര സാങ്കേതികവിദ്യ ആ സ്നേഹത്തെ പതിയെ എടുത്തുകളയുന്നതു നാമറിയുന്നില്ല. ഉമ്മ നാട്ടിൽ നിന്നയയ്ക്കുന്ന കത്തുകൾ ഇങ്ങനെയായി രുന്നു തുടങ്ങിയിരുന്നത്: ഒബിയില്ലാഹി തൗഫീക്ക്. എനിക്ക് ഇഹത്തിലും പരത്തിലും വേണ്ടപ്പെട്ട മകൻ അറിയാൻ എഴുതുന്നതെന്തെന്നാൽ... ആ കത്തുകൾ വായിക്കുമ്പോൾ കത്ത് പിടിച്ച വിരലുകൾ വൈകാരികത യിൽ വിറച്ചിരുന്നു. കണ്ണുകൾ നിറഞ്ഞ് അക്ഷരങ്ങൾ പലവുരു മങ്ങി.

വേർപിരിയലിലോ, കൂടിച്ചേരലിലോ സഹോദരങ്ങൾ, സുഹൃത്തുക്കൾ തമ്മിൽ കെട്ടിപ്പിടിച്ച് കരഞ്ഞു. ഇന്ന് അത്ര ഊഷ്മളമായി നമുക്കു പുണരാനാവുന്നില്ല. വിറയാർന്ന വിരലുകളിൽ ചങ്കു നീറുന്ന ഉമ്മയുടെ വരികളില്ല. ത്രീജിയും ഫോർജിയും അതൊക്കെ കൊണ്ടുപോയിരിക്കുന്നു. പഴയതെല്ലാം നന്ന്. പുതിയതൊക്കെ പൊട്ട എന്നു പറയാനല്ല ഇത്രയും പറഞ്ഞത്. കൈപ്പിടിയിലൊതുക്കാവുന്നത്രയുള്ള ഒരു യന്ത്രം ഒരു സാംസ്കാരികരീതിയെ എങ്ങനെയാണ് മാറ്റിമറിക്കുന്നതെന്നു സൂചിപ്പിക്കാനാണ്. 'ആടു ജീവിതം' എന്ന നോവലിൽ നജീബ് എന്ന ഗൾഫുകാരന്റെ കൈയിൽ സ്ഥിരമായി ഒരു മൊബൈൽഫോൺ ഉണ്ടായിരുന്നെങ്കിൽ ഇങ്ങനെ നോവൽ വായിക്കുന്നവന്റെ ചങ്ക് ഇത്രയ്ക്കും മിടിഞ്ഞുപോകുമായിരുന്നോ? ഗൾഫ് മലയാളിയുടെ അരക്ഷിതബോധമാണ് 'ആടുജീവിത'ത്തെ ഇത്രയും പ്രശസ്തമാക്കിയത്. ബെന്യാമിൻ അതു ഭംഗിയായി നിർവഹിക്കുകയും ചെയ്തു.

അരക്ഷിതബോധം സ്നേഹത്തിന്റെ പ്രധാന ഉറവിടമാണ്. ഈ ലോകത്തെ ഏറ്റവും ശുദ്ധമായ മാതൃസ്നേഹംപോലും കുഞ്ഞിന്റെ അരക്ഷിതത്വത്തെച്ചൊല്ലിയുള്ള മാതാവിന്റെ ബോധത്തിൽനിന്നല്ലേ? മക്കൾ വലുതാകുമ്പോൾ മതാപിതാക്കളിൽനിന്ന് അകന്നുപോകുന്നത് അവർ കുട്ടികളായിരിക്കുമ്പോഴുള്ള അരക്ഷിതത്വത്തിൽനിന്നു കരകയറിയതുകൊണ്ടാണ്. ചില രക്ഷിതാക്കൾ ഇതേച്ചൊല്ലി മക്കളോട് കയർക്കും, പരിഭവം പറയും. സങ്കടപ്പെടും. ബുദ്ധിയുള്ളവർ അതു ചെയ്യാറില്ല. കാരണം, ലോകത്ത് സമ്മർദ്ദപ്പെടുത്തി സംഘടിപ്പിക്കാൻ കഴിയാത്തരണ്ടേ രണ്ടു കാര്യങ്ങളേയുള്ളൂ.

1. സ്നേഹം.

2. ബഹുമാനം

ഇതറിയുന്ന രക്ഷിതാക്കൾ മക്കളെ അവരുടെ പാട്ടിനുവിടും. തീർച്ചയായും അത്തരം മക്കൾ മാതാപിതാക്കന്മാരെ സ്നേഹവുമായി തിരഞ്ഞുവരും. പ്രായമാവുന്തോറും ഞാൻ ഉമ്മയെ കൂടുതൽക്കൂടുതൽ സ്നേഹിക്കുന്നു. ആ സ്നേഹത്തിന്റെ വിലയെപ്പറ്റി അറിയുന്നു. പ്രായമാവുന്തോറും ആളുകൾ വീണ്ടും അരക്ഷിതബോധത്തിലേക്കു വരുന്നു. നഷ്ടസ്നേഹത്തെ അപ്പോൾ തിരഞ്ഞുനടക്കുന്നു. അപ്പോൾ എനിക്കു കൂടുതൽ പ്രിയമാവുന്നതു മൊബൈലിലൂടെ എന്റെ ഉമ്മയുടെ ശബ്ദം കേൾക്കാനല്ല. നേരിട്ട്... അതേ, നേരിട്ടുതന്നെ. ഗൾഫിൽ ജീവിക്കുന്നവർക്ക് ഏറ്റവും വലിയ നഷ്ടം ഉമ്മയുടെ അസാന്നിധ്യമാണ്. ഗൾഫുകാരന്റെ ഏറ്റവും വലിയ നഷ്ടം ഏറ്റവും വിലകൂടിയ മൊബൈൽ കൊണ്ടും അതു പരിഹരിക്കപ്പെടുന്നില്ല.

■

മറക്കാൻ നമുക്കോർമ്മിക്കാം

നരഹൃത്തു തുരുമ്പുസൂചിയിൽ
സരസം കോർത്തു കളിപ്പതെന്തിനോ?
സ്മരണേ, മതി, പോകെടോ; വരൂ
വരദേ, വിസ്മൃതി, വേൾക്കുകെന്നെ നീ
(വിസ്മൃതി: വൈലോപ്പിള്ളി)

ഓർമ്മകളിൽ എല്ലാം നല്ലതായിത്തീരുന്നത് അതിന്റെ സുരക്ഷിതത്വ മോർത്താണ്. കാട്ടിൽനിന്ന് ഓടിച്ച പുലി ഇനി തിരിച്ചുവരില്ല. അത് എപ്പോഴോ വയസ്സായി ചത്തുപോയിട്ടുണ്ടാവും. ചവിട്ടിപ്പോയ മൂർഖ നിൽനിന്ന് നൂലിഴയ്ക്കാണു രക്ഷപ്പെട്ടത്. അതും എവിടെയെങ്കിലും മണ്ണ ടിഞ്ഞിട്ടുണ്ടാവും. പക്ഷേ, പുലി ഓടിച്ചതും. പാമ്പ് ചീറിക്കൊത്തിയിട്ട് രക്ഷപ്പെട്ടതും ഇപ്പോൾ സരസം പറഞ്ഞുനടക്കാവുന്ന ഒന്നാണ്. ഓർമ്മ കളെപ്പോലെ ഒന്നാന്തരം എഡിറ്റർ വേറേയില്ല. അവൻ പ്രിന്റിങ് മീഡിയ യുടെയും വിഷൽമീഡിയയുടെയും എഡിറ്ററാണ്. നൊസ്റ്റാൾജിയ എന്ന സ്പെഷ്യൽ ഇഫക്ട് ഇട്ടുകൊടുക്കുന്നതിൽ കേമനും.

നാട്ടിലിരിക്കെ, നാടും നാട്ടാരുമായി ഒരു ബന്ധവുമില്ലാത്ത ആൾ ഗൾഫിലെത്തി ഏറെ കഴിയാതെ ഗൃഹാതുരനാവുന്നതു നമുക്കു കാണാം. ഗൾഫിലെ ഓണാഘോഷങ്ങളിലൊക്കെ ഇതു വളരെ പ്രകടമാണ്. പെണ്ണു ങ്ങൾ കസവു നേര്യതുടുക്കുന്നു. ആണുങ്ങൾ തികച്ചും കേരളീയ വേഷ ത്തിൽ (ജുബ്ബ കേരളീയ വേഷമാണോ! രണ്ടാംമുണ്ടായിരുന്നു മലയാളി യുടെ യഥാർത്ഥ കുപ്പായം!) പക്കമേളക്കാരെയും പഞ്ചാരിമേളക്കാരെയും നാട്ടിൽനിന്നു കൊണ്ടുവരുന്നു. എരഞ്ഞോളിമൂസയും സംഘവും പല തവണ വന്നുപോകുന്നു. എന്തിനേറെ വള്ളംകളിതന്നെ ഗൾഫിൽ സംഘടിപ്പിക്കുന്നു. യു.എ.ഇ യിലാണെങ്കിൽ ഒരുവിധപ്പെട്ട സംഘടന കൾക്കൊക്കെ ഒരുമ എന്നോ ഓർമ്മ എന്നോ പേരിടുന്നു ചെറിയ ചെറിയ കൂട്ടായ്മകൾക്ക്. അവർ അക്ഷരശ്ലോകമത്സരം നടത്തുന്ന കാഴ്ചയും പതിവ്. നമ്മുടെ അറ്റ്ലസ് ജ്വല്ലറിയുടെ ഉടമ ശ്രീ രാമചന്ദ്രൻ പൊരിഞ്ഞ അക്ഷരശ്ലോക പ്രേമിയാണെന്നു ഗൾഫിലെത്തിയപ്പോഴാണറിയുന്നത്. ദുബായിൽ ഇടക്കാലത്ത് നടൻ ഭരത്മുരളിയുടെ നേതൃത്വത്തിൽ

കേരളീയസ്വഭാവമുള്ള ഒരു സ്ഥിരം നാടക പരിശീലനകേന്ദ്രംപോലും തുടങ്ങി. നാട്ടിലുള്ള പല നൃത്താധ്യാപകരും വിസയെടുത്തു ഗൾഫിൽ കുട്ടികളെ ഭരതനാട്യവും മോഹിനിയാട്ടവും പഠിപ്പിക്കുന്നു. ചുരുക്കത്തിൽ ഒരു കൊച്ചു കേരളത്തിന്റെ ഓർമ്മയെ പിടിച്ചെടുക്കാനും നിലനിർത്താനും പെടാപ്പാടുപെടുന്നു. സത്യത്തിൽ ഇത് ഓർമ്മയെ നിലനിർത്താനല്ല, മറവിയെ കൊണ്ടുവരാനാണെന്നു പറഞ്ഞാൽ പ്രവാസി മലയാളികളിൽ ചിലരെങ്കിലും എന്നോടു പിണങ്ങും. നമ്മുടേതല്ലാത്ത കാലാവസ്ഥ, നമ്മുടേതല്ലാത്ത ഭൂപ്രകൃതി, ഭക്ഷണം, ഭാഷ, സംസ്കാരം ഇവയുടെ അലിഞ്ഞുചേരാനാവാത്ത ഒരുതരം വേദനയെ മറക്കലാണ് ഈ ഓർമ്മയെ തിരഞ്ഞുപിടിക്കൽ! വിശദീകരണസാധ്യമല്ലാത്ത വളരെ സങ്കീർണ്ണമായൊരു സ്വത്വ പ്രതിസന്ധിയിലാണിത്. മനുഷ്യമനസ്സ് ചിലപ്പോൾ അങ്ങനെയാണ്. വിപരീതങ്ങളെ ഒന്നെന്നമട്ടിൽ അവതരിപ്പിച്ചുകളയും. ഇലയിൽ ഒട്ടിനിൽക്കുന്ന പച്ചനിറമുള്ള ഓന്തിനെ നമ്മൾ ഇലയായി വിചാരിക്കുംപോലെ. ഇക്കാര്യം പറയുമ്പോൾ പെട്ടെന്നു മനസ്സിലെത്തുക സ്നേഹം, വെറുപ്പ് എന്നീ വികാരങ്ങളാണ്.

സ്നേഹമാണ് വെറുപ്പിനെ ഉണ്ടാക്കുന്നതെന്ന് എത്രപേർ സമ്മതിച്ചുതരും? സ്വന്തം മക്കളോടുള്ള സ്നേഹംകൊണ്ടാണ് നമ്മളവരെ തല്ലുന്നത്. നീ ഒരുകാലത്തും ഗുണംപിടിക്കില്ല എന്നുപോലും ശപിക്കുന്നത്. ഭാര്യയെ ഭർത്താവ് സംശയിച്ചു കൊല്ലുന്നതും ഭർത്താവിനെ സംശയം കൊണ്ട് കൊല്ലാക്കൊല ചെയ്യുന്നതും സ്നേഹത്തിന്റെ കാഠിന്യംതന്നെ. കുടുംബത്തോടുള്ള സ്നേഹംകൊണ്ടാണ് മിക്ക സർക്കാർ ഉദ്യോഗസ്ഥരും കൈക്കൂലി വാങ്ങുന്നത്. മക്കളെ 'വല്യവരാ'ക്കാൻ, വീട് മോടി പിടിപ്പിക്കാൻ, കാറ് വാങ്ങാൻ, ഭാര്യയ്ക്കൊരു പട്ടുസാരി, സ്വർണ്ണവള, മാർക്കറ്റിൽനിന്ന് ഒരു കിലോ ചെമ്മീൻ. സ്നേഹത്തിൽനിന്നു വിരിയുന്ന വെറുപ്പിനെപറ്റി പറയാൻ ഒരുപാട് ഒരുപാട് ഉദാഹരണങ്ങൾ ഇനിയും കിടക്കുന്നു.

അഞ്ചും പത്തും കൊല്ലം കൂടെ നടന്ന ചങ്ങാതി ഒരു ദിവസം ഞാൻ ഏറ്റവും വെറുക്കുന്ന വ്യക്തിയാകുന്നു. അയാളെ കൊല്ലാനുള്ള വെറുപ്പ് ഉള്ളിൽ കൊണ്ടുനടക്കുന്നു. പലരോടും അസഭ്യം പറയുന്നു. എന്തിനേറെ അയാളെ ജീപ്പിടിച്ച് കൊല്ലുന്നതായി കഥവരെ എഴുതിക്കളയും! 'സ്നേഹത്തിൽനിന്നുദിക്കുന്ന ലോകം' എന്നു കുമാരനാശാൻ. 'സ്നേഹത്തിൽനിന്നുദിക്കുന്ന ദ്വേഷം' എന്ന് ഒന്നു കടന്നുചിന്തിച്ചെങ്കിൽ മഹാകവി എഴുതിപ്പോയേനെ! വഴിയേപോകുന്ന ആരോടും നമുക്കു വിദ്വേഷമില്ല. എന്നാൽ നമ്മൾ സ്നേഹിക്കുന്ന വീട്ടുപറമ്പിലൂടെ ഒരുത്തൻ കേറി 'ക്രോസ്' ചെയ്തു നടന്നു പോയാൽ വെറുപ്പായി. ഇനി ഈ വഴി ഇങ്ങനെ നടന്നാൽ കൊടുവാളുകൊണ്ട് ആ കാലു വെട്ടും എന്നുവരെ പറയാൻ മടിക്കില്ല, നാം.

വെറുപ്പിന്റെ പ്രഭവകേന്ദ്രം സ്നേഹമായിത്തീരുന്നപോലെ മറ്റൊരു വൈരുദ്ധ്യമാണ് മറക്കാനായി നാം ഓർമ്മയെ മുറുകെ പിടിക്കുന്നു എന്നതും. 'ഞാൻ പണ്ട് ഡെറാഡൂണിലായിരുന്നപ്പോൾ' എന്നു ചില എക്സ് പട്ടാളക്കാർ പറഞ്ഞുകൊണ്ടിരിക്കും. തിരിഞ്ഞുപോകാനല്ല, അതു മറക്കാനാണ്! വിരലുകൾപോലും മരവിച്ച് നിവർത്താൻ കഴിയാതെ കാശ്മീർ അതിർത്തിയിലെ കൊടുംമഞ്ഞിൽ പട്ടാളക്കാരനായി പുലർന്ന തിലേക്ക് ഇനി പോകേണ്ടതില്ല, ചീറിപ്പായുന്ന വെടിയുണ്ടകളിൽനിന്ന് നൂലിഴയ്ക്ക് രക്ഷപ്പെടാൻ ചങ്കിടിക്കേണ്ടതില്ല എന്ന സുരക്ഷിതത്വ ത്തിന്റെ ഓർമ്മയാണത്. മറവിയാണത്. അയാൾക്ക് ഇനി പട്ടാളത്തിൽ യുദ്ധം ചെയ്യാൻ പോകണ്ട. റിട്ടയർമെന്റ് ആയി; പെൻഷനായി. തിരിഞ്ഞു വരാത്ത ആ ദുരിതകാണ്ഡം ഇനി ഓർമ്മയാണ്. ഇവിടെ ഓർമ്മ സത്യ ത്തിൽ വിസ്മൃതിയുടെ പര്യായമായിത്തീരുന്നു.

മിക്കപ്പോഴും ഗൾഫുകാരന്റെ ജീവിതം ഇങ്ങനെതന്നെയാണ്. മരു ഭൂമിയിലെ ചുട്ടവെയിലിനെ നോക്കി ഞാറ്റുവേലയെപ്പറ്റി പറയുന്നു. ഇളം ബ്രൗൺനിറത്തിലുള്ള മരുഭൂമിയിലെ വരണ്ട മണ്ണിനെ നോക്കി നാട്ടിലെ പച്ചവെയിലിനെപ്പറ്റി വാചാലനാവുന്നു. ഗൾഫ് എന്ന മണ്ണ് ഒരു സാമ്പ ത്തിക അഭയകേന്ദ്രമാണ്. അതു മാലാഖപോലെ നമ്മെ അണഞ്ഞു പിടിക്കുന്നു. പക്ഷേ, നമ്മൾ കണ്ണടച്ച് നാട്ടിനെ ഉള്ളിലേക്കു വലിച്ചടുപ്പി ക്കുന്നു.

∎

മരുഭൂമിയിലെ എം. കൃഷ്ണൻനായർ

തീമംഗലം വീട്ടിലെ ഉമ്മറിനെ മറക്കാനാവില്ല. കുട്ടിക്കാലം മുതലേ അറിയാം. ഒരേ നാട്ടുകാരൻ. ഒരേ സ്കൂളിൽ പഠിച്ചിട്ടുണ്ട്. ക്ലാസ്സിൽ മൂന്നു ക്ലാസ്സിനു സീനിയർ. അക്കാലത്തെ വീട്ടുകാരൊക്കെ ഗൾഫിലാണ്. ഗൾഫിന്റെ പെർഫ്യൂമും വാസനാസോപ്പും പേനയും പെൻസിലുമൊക്കെ ഞങ്ങൾ സ്കൂൾകുട്ടികൾ അറിയുന്നത് ഉമ്മറിലൂടെയാണ്. ഉമ്മറിന്റെ ഉപ്പ നാട്ടിലെത്തിയാൽപ്പിന്നെ കുറെ ദിവസത്തേക്ക് അവനു 'ദുബായി മണ' മാണ്. അത്തവണ ഉപ്പ കൊണ്ടുവന്ന ഒരു പ്രത്യേക ഉപകരണത്തെപ്പറ്റി അവൻ പ്രത്യേകം പറഞ്ഞു. നമ്മളെന്തെങ്കിലും പറഞ്ഞാൽ അതു 'കേട്ടു പിടിച്ചിട്ട്' പിന്നീട് നമ്മളെത്തന്നെ കേൾപ്പിക്കും. ആ യന്ത്രത്തിന്റെ പേര് അറിഞ്ഞിരുന്നില്ല. ടേപ്പ് റെക്കാർഡർ എന്ന് പിന്നെയും കുറെക്കഴി ഞ്ഞാണ് മനസ്സിലായത്. നമ്മൾ പറഞ്ഞത് മനഃപാഠമാക്കി നമ്മളെ ത്തന്നെ കേൾപ്പിക്കുന്ന ആ യന്ത്രത്തെപ്പറ്റി ഉമ്മർ പറഞ്ഞത് ഞങ്ങൾ അപ്പടി വിശ്വസിച്ചില്ല. ആൾ ഒരു നാണംകുണുങ്ങിയാണെങ്കിലും തരം കിട്ടിയാൽ പുളുവെച്ചുകാച്ചും. വീട്ടിൽ അത്യാവശ്യം സൗകര്യങ്ങളൊ ക്കെയുണ്ടെങ്കിലും പഠിക്കാൻ വളരെ പിറകിലാണ് ഉമ്മർ. എന്നാൽ ക്ലാസ്സിൽ ഉമ്മറിനു കാര്യമായ അടികിട്ടിയില്ല. നാട്ടിൽ വന്നാൽ മാഷ ന്മാർക്ക് ഉപ്പ അല്ലറ ചില്ലറ സാധനങ്ങളൊക്കെ കൊടുക്കും. ആ നല്ല മനുഷ്യൻ - ഉമ്മറിന്റെ ഉപ്പ.

വെറുതെ ഈ കുട്ടിയെ തല്ലി ബെടക്കാക്കി പഠിപ്പിക്കേണ്ട എന്ന് മാഷ ന്മാരും വിചാരിച്ചുകാണണം. കാരണം, എന്തായാലും ഓൻ ദുബായിക്കു പോകാനുള്ളതാണ്. പതിനേഴു വയസ്സ് കഴിഞ്ഞാലുടൻ അവൻ ദുബാ യിക്കു പറക്കും. അവന്റെ ഉപ്പ പതിനേഴു കഴിഞ്ഞാലുടൻ പാസ്പോർട്ടെ ടുപ്പിച്ച് വിസ ശരിയാക്കും. പിന്നെ, ഈ സാധു കുട്ടിയെ തല്ലിയിട്ടെന്തു കാര്യം?

പക്ഷേ, സംഗതി അവിടെയൊന്നും നിന്നില്ല. ഉമ്മർ ഹൈസ്കൂൾ കഴി യുമ്പോഴേക്കും വല്ലാതെ അന്തർമുഖനായിപ്പോയിരുന്നു. പത്തിൽ തോറ്റെ ങ്കിലും മനോരമ, മംഗളം ഇവയുടെ മികച്ച വായനക്കാരനായി. ഞങ്ങളുടെ

ലൈബ്രറിയിൽനിന്നു മുട്ടത്തുവർക്കി, കാനം, ബാറ്റൻ ബോസ് എന്നിവരുടെ നോവൽ വായിച്ച് കാണാപ്പാഠം പഠിച്ചു.

പതിനേഴും ഇരുപതും ഇരുപത്തഞ്ചും വയസ്സു കഴിഞ്ഞെങ്കിലും ഉമ്മർ എങ്ങും പോകാൻ കൂട്ടാക്കിയില്ല. പാസ്പോർട്ട് എടുക്കാൻതന്നെ വലിയ സമ്മർദ്ദം ചെലുത്തേണ്ടിവന്നു. ആയിടെ എഴുത്തിന്റെ ചില്ലറ അസ്കിതകളും ഉമ്മറിനെ പിടികൂടി. മംഗളം വാരിക വായിക്കുകയും കഥ എഴുതി മാതൃഭൂമി ആഴ്ചപ്പതിപ്പിനു പോസ്റ്റ്ചെയ്യുകയും ചെയ്യുന്ന വൈരുദ്ധ്യാധിഷ്ഠിത ഭൗതികവാദത്തിലാണ് ഉമ്മർ കുറെക്കാലം ഏർപ്പെട്ടത്. ഒരു വരി അച്ചടിച്ചുവന്നില്ല. പത്രാധിപരൊക്കെ വർഗ്ഗീയവാദികളായതു കൊണ്ടാണ് തന്റെ രചനകൾ അച്ചടിച്ചുവരാത്തതെന്ന് ആ പാവം അമർഷത്തോടെ ചിലരോടെങ്കിലും പറഞ്ഞു. ആയിടെ ഞങ്ങൾ കുട്ടികൾ (എനിക്കന്ന് 17 വയസ്സ്) തുടങ്ങിയ കൈയെഴുത്തു മാസികയിലേക്ക് ഉമ്മറിന്റെ കഥ ചോദിച്ചെങ്കിലും തന്നില്ല. നിങ്ങളുടെ കൈയെഴുത്തു മാസികയ്ക്ക് എന്തു നിലവാരമാണുള്ളതെന്നു പുച്ഛത്തോടെ ചോദിച്ചത് ഞാനിന്നും മറന്നിട്ടില്ല.

കാലങ്ങൾക്കുശേഷം ഒന്നു രണ്ട് പ്രമുഖരെപ്പിടിച്ച് അഭിമുഖങ്ങൾ ചെയ്യുകയും അതു ഭേദപ്പെട്ട ചില പ്രസിദ്ധീകരണങ്ങളിൽ വരികയും ചെയ്തു. എങ്കിലും സാഹിത്യരംഗത്ത് ഗതിപിടിക്കാൻ ദൗർഭാഗ്യവശാൽ ഉമ്മറിനു കഴിഞ്ഞില്ല. പിന്നെ 'സാഹിത്യപരമായ' അമർഷം കാരണം അസൂയാഭരിതവും ആത്മനാശകാരിയുമായ വിധ്വംസകപ്രവർത്തനത്തിലും ഉമ്മർ ഏർപ്പെട്ടുതുടങ്ങി. ഉമ്മറിന് എഴുതാനുള്ള ഭാഷയൊക്കെ ആർജ്ജിച്ചെടുക്കാൻ കഴിയും. പക്ഷേ, അതിനുള്ള ക്ഷമയോ വിശേഷ ബുദ്ധിയുടെ പ്രവർത്തനമോ ഉമ്മറിൽ സംഭവിച്ചില്ല. വീട്ടിലാണെങ്കിൽ ഒടുക്കത്തെ സമ്മർദ്ദവും. താൻ നാട്ടിൽ സാഹിത്യകാരനായിക്കഴിയാൻ തീരുമാനിച്ച കാര്യം ഉമ്മർ ബന്ധുക്കളെ അറിയിച്ചു. ജ്യേഷ്ഠന്മാരും ഉപ്പയും മറ്റു കുടുംബാംഗങ്ങളും ഒരു ഞെട്ടലോടെയാണ് ഈ പ്രഖ്യാപനം ശ്രദ്ധിച്ചത്. ആ പാവങ്ങൾക്കു ദുബായിൽ കഷ്ടപ്പെടാനല്ലാതെ സാഹിത്യപ്രവർത്തനത്തെപ്പറ്റിയൊന്നും ഒരു നിശ്ചയവുമില്ല. അവർ വിസ യെടുത്ത് ഉമ്മറിനെ കൊണ്ടുപോകാൻ പഠിച്ച പണി പതിനെട്ടും നടത്തിക്കൊണ്ടിരുന്നു. ഉമ്മറാണെങ്കിൽ വെള്ളംകണ്ട പശുവിനെപ്പോലെ ഇറങ്ങാൻ മടിച്ചു നിന്നു. ബന്ധുക്കൾ വെള്ളക്കെട്ടിനപ്പുറത്തുനിന്ന് കയറിൽ പിടിച്ചുവലിച്ചുകൊണ്ടുമിരുന്നു. ഞങ്ങൾ കരുതി, നാട്ടിൽ ഉമ്മർ എന്ന ഒരു സാഹിത്യകാരൻ ഉണ്ടാകും. താടി വളർത്തും. തുണിസഞ്ചിയും തൂക്കി നാടായ നാടൊക്കെ അലയും. പക്ഷേ, സംഭവിച്ചത് മറ്റൊന്ന്.

ഒരു ദിവസം ഉമ്മർ ഷാർജയിലേക്കു പറന്നു. അതിലല്ല, വിശേഷം. പോയ ഉമ്മർ നാട്ടിലേക്കു തിരിച്ചുവരാൻ കൂട്ടാക്കുന്നില്ല!

നമ്മുടെ യശശ്ശരീരനായ കവി അയ്യപ്പനെക്കുറിച്ചു പണ്ട് പറയാറുണ്ട്. വിളിച്ചാൽ വരില്ല. വന്നാൽ പോകില്ല എന്ന്. ഉമ്മറും ഏതാണ്ട് ഇതേ പോലെതന്നെ.

കാലങ്ങൾ കടന്നുപോയി. ആദ്യമൊക്കെ രണ്ടും മൂന്നും വർഷം കൂടുമ്പോഴെങ്കിലും ഒരാഴ്ച ലീവിനു വന്നുപോകുന്ന ഉമ്മറിനെ ഞങ്ങൾക്കൊന്നു കാണാൻകൂടി കഴിഞ്ഞില്ല.

വളരെ വർഷങ്ങൾക്കുശേഷം ഞാൻ ഒരു വിസിറ്റിങ് വിസയ്ക്കു ദുബായിലെത്തി. ജോലി അന്വേഷിച്ചുതന്നെ. മൂന്നുമാസംകൊണ്ട് മടങ്ങി. അതിനിടയിലൊരു ദിവസം ദുബായിൽ എസ്.എം. ഫാറൂഖിന്റെ മുറിയിൽ ടി.വി. കൊച്ചുബാവയുമായി സംസാരിച്ചിരിക്കുമ്പോൾ ബാവയ്ക്കൊരു ഫോൺ. മൃദുവായി സംസാരിച്ചുതുടങ്ങിയ ബാവ പെട്ടെന്ന് അങ്ങേത്തലയ്ക്കുള്ള ആളോട് ദേഷ്യപ്പെടുന്നതു കണ്ടു. തീമംഗലത്തെയെങ്ങാനും സാഹിത്യച്ചടങ്ങിന്റെ പരിസരത്തുകണ്ടാൽ ഞാൻ ആ മിറ്റിങ്ങിൽനിന്നിറങ്ങിപ്പോകും.

ഞാൻ ജിജ്ഞാസകൊണ്ട് കൊച്ചുബാവയോട് ചോദിച്ചു:

"അല്ല, ആരാണീ തീമംഗലം?"

"ഒരു ബോറൻ! ഉമ്മർ തീമംഗലം എന്നാണത്രേ അവന്റെ തൂലികാനാമം. ഇവിടത്തെ പീറ പ്രസിദ്ധീകരണങ്ങളിൽ അവന്റെ നാലോ അഞ്ചോ ചവറ് അച്ചടിച്ചു വന്നതിൽപ്പിന്നെ അവനാണിവിടത്തെ സാഹിത്യനായകൻ!"

സ്വതഃസിദ്ധമായ നിലയിൽ കൊച്ചുബാവയുടെ രോഷപ്രകടനങ്ങൾ.

നാട്ടിലെ ഏതെങ്കിലും സാഹിത്യപ്രസിദ്ധീകരണത്തിൽ എന്തെങ്കിലും അച്ചടിച്ചുവന്നാൽ അവൻ അതിനെ പുച്ഛിച്ചാവും അടുത്ത വേദിയിൽ പ്രസംഗിക്കുക. പെട്ടെന്ന് ഞാൻ പറഞ്ഞു:

" ആ പേര് കേട്ടിട്ട് എന്റെ നാട്ടിലെ ഒരാളിന്റേതുപോലെയുണ്ട്."

"കണ്ണൂരിലെവിടെയോ ആണ് ആ എലിവാലൻ."

താമസിയാതെ എനിക്കു മനസ്സിലായി. നാട്ടിലെ ആ സാധുവായ അഹങ്കാരിതന്നെയാണ് ഗൾഫിലെ സാംസ്കാരിക നായകൻ. ആ നാണം കുണുങ്ങിയായ ചെറുക്കൻ ഇന്നു ഘനഗംഭീരമായി ഗൾഫിലെ പല വേദികളെയും ധന്യമാക്കുന്നു. സ്വന്തമായി ഒരു കോക്കസൊക്കെ ഉണ്ടെങ്കിലും സാമാന്യം ഭേദപ്പെട്ട സംഘാടകനാണ്.

ആയിടെ ആരോ ചോദിച്ചു, നമ്മുടെ ശിഹാബുദ്ദീനെ ഒന്നു സ്വീകരിച്ചാലോ. ഉമ്മറിന്റെ മറുപടി പെട്ടെന്നു വന്നു. ആ ചെക്കനോ? അവനെപ്പോ സാഹിത്യകാരനായി? പണ്ട് ഒരു കൈയെഴുത്തുമാസിക നടത്തിയിരുന്നു, ഞങ്ങടെ നാട്ടിൽ ഇപ്പോഴും രചനകൾക്കൊക്കെ ആ നിലവാരമേ ഉള്ളൂ.

എനിക്കു സ്വീകരണം കിട്ടിയതുമില്ല, പഴയ ആ സ്നേഹിതനെ കാണാൻ കഴിഞ്ഞതുമില്ല.

ഒരു പതിറ്റാണ്ടു കഴിഞ്ഞാണ് ഞാൻ ഗൾഫിൽ വീണ്ടും കാലുറപ്പിക്കുന്നത്.

അപ്പോഴേക്കും അദ്ദേഹം പ്രമുഖ പ്രാസംഗികനും വിമർശകനുമായി ക്കഴിഞ്ഞിരുന്നു.

വളരെ യാദൃച്ഛികമായി ഒരു മലയാളിസമാജത്തിൽവെച്ച് സദസ്സിലിരുന്ന് ഞാനദ്ദേഹം പ്രസംഗിക്കുന്നതുകണ്ടു. എനിക്ക് അളവറ്റ ആദരവ് തോന്നി. എത്ര ഗംഭീരമായാണ് ഉമ്മർ സംസാരിക്കുന്നത്. പഴയ ഉമ്മറേയല്ല. വാക്കുകൾ ഒരിടത്തുപോലും പതറുന്നില്ല. അപാരമായ മോഡുലേഷൻ. എവിടെ തുടങ്ങണം. നിർത്തണം എന്ന് അച്ചിട്ടം അറിയാം. വിമർശനങ്ങൾക്കു കൂരമ്പിന്റെ മൂർച്ച. ഏതു ശക്തനായ എതിരാളിയെയും നിമിഷമാത്രകൊണ്ട് അടിച്ചിരുത്താൻ കഴിയുന്ന പ്രൗഢശബ്ദം. സദസ്സിലിരുന്ന് എനിക്കു പേടി തോന്നി. ഇനി എന്നെയെങ്ങാനും തിരിച്ചറിഞ്ഞു വിഷയമാക്കിക്കളയുമോ? ഞാൻ ഒളിച്ചുനില്ക്കുമ്പോലെ ഇരുന്നു. ഇതിനെയൊന്നും നേരിടാനുള്ള പ്രസംഗവൈഭവമോ വാക്ചാതുര്യമോ ചങ്കൂറ്റമോ എനിക്കിതേവരെ ആർജ്ജിക്കാൻ കഴിഞ്ഞിട്ടില്ല എന്ന് ദുഃഖത്തോടെ ഞാനോർത്തു.

ഉമ്മർ പ്രസംഗത്തിൽ ഇടയ്ക്കിടെ തോമസ് ഹാർഡി, ജോർജ് വാഷിങ്ടൺ, ഷെല്ലി എന്നിവരുടേതായി ഉദ്ധരണികൾ എടുത്തിടും. പഴയ കവികളുടേതാണെങ്കിലും ചില ശ്ലോകങ്ങളും. ഉമ്മർ അപ്പോഴേക്കും നിസ്സാൻ കമ്പനിയിലെ വലിയൊരുദ്യോഗസ്ഥനായിക്കഴിഞ്ഞിരുന്നു. എപ്പോഴും കോട്ടിട്ടും ടൈയിലുമൊക്കെയാണെങ്കിലും പ്രസംഗിക്കാൻ വരുമ്പോൾ ജുബ്ബ ധരിക്കും.

ഒരുതവണ ഞാനദ്ദേഹത്തെ പരിചയപ്പെടാൻചെന്നു. പ്രസംഗം കഴിഞ്ഞതിനാൽ എന്നെ 'ബലിയാടാക്കില്ല' എന്ന് ഉറപ്പുവരുത്തി. കാര്യം എന്തൊക്കെ പറഞ്ഞാലും എനിക്ക് ഉമ്മറിനോടു കടുത്ത സ്നേഹമാണ്. ഞാൻ കുട്ടിക്കാലത്തേ കാണുന്ന നാട്ടുകാരനായ ഒരാൾ. കൈനീട്ടിയപ്പോൾ എനിക്കു തണുത്ത ഒരു ഹസ്തദാനംചെയ്ത് അദ്ദേഹം അല്പം പുച്ഛത്തിൽ എന്തോ പറഞ്ഞു പൊയ്ക്കളഞ്ഞു.

ഞാൻ ഗൾഫ് ജീവിതം മതിയാക്കി തിരിച്ചുപോന്നു. അദ്ദേഹം നിരന്തരമായി എന്നെ അവഗണിക്കുന്നതു വേദനയോടെ ഞാനറിഞ്ഞു. ചെയ്ത തെറ്റ് എന്താണെന്നെങ്കിലും ചോദിക്കണമെന്നുണ്ടായിരുന്നു. വലിയ വിഷമത്തോടെ ദുബായ് ഡി.സി. ബുക്സിലെ ഷക്കീമിനോട് ഞാനിക്കാര്യം പറഞ്ഞപ്പോൾ അദ്ദേഹം സമാധാനിപ്പിച്ചു. "ശിഹാബ്ക്കാ, അതിനൊന്നും ഹൃദയത്തിൽ സ്ഥലം കൊടുക്കരുത്. ഇവനൊക്കെ ഇവിടെക്കിടന്ന് ആളാവുകയല്ലേ? നാട്ടിലൊക്കെ ആർക്കാണറിയുക? അറിയപ്പെടുന്നതും അറിയാതിരിക്കുന്നതും പരസ്പര സ്നേഹബഹുമാനങ്ങൾ തമ്മിലും എന്തു ബന്ധം?"

ഏറെ താമസിയാതെ ചില മനുഷ്യസ്വഭാവങ്ങളെക്കുറിച്ച് എനിക്കു ബോധോദയം ഉണ്ടായി. ചിലർ ഇത്തിരിവട്ടത്ത് ഒരു സാമ്രാജ്യമുണ്ടാക്കി. അതിനകത്തെ ചക്രവർത്തിമാരും പരമാധികാരികളുമാകാൻ ശ്രമിക്കും.

പുറത്തുനിന്നു വരുന്ന ഒരാളെയും കൂടെ കൂട്ടാൻ സമ്മതിക്കില്ല. ചില ജന്തുക്കളിൽ ഈ വാസനയുണ്ട്. അതുകൊണ്ട് അവർ മരുഭൂമിയിലെ എം.കൃഷ്ണൻനായരാവാനും എം.ടി.യാകാനും കെ.പി. അപ്പനാകാനും നോക്കും. അത് അവരുടെ പാവത്തരംകൊണ്ടും അരക്ഷിതബോധം കൊണ്ടും തോന്നുന്നതാണ്. ഷക്കീം പറഞ്ഞതാണ് ശരി. അവരെ അവരുടെ പാട്ടിനു വിട്ടേക്കുക. ഗൾഫിൽ ഇത്തിരി സംഘത്തിനകത്തുണ്ടാക്കിയ ഭീമാകാരം നാട്ടിലെത്തുന്നതോടെ കടുകുമണിയോളം ചെറുതാവും. അതുകൊണ്ട് നാടിനെ അവർ പതിയെ ഭയക്കാനും വെറുക്കാനും തുടങ്ങും. സഹതാപത്തോടെയാണ് ഇതിനെ കാണേണ്ടത്. പുച്ഛത്തോടെയല്ല.

ഉമ്മർ തീമംഗലം എന്നല്ല എന്റെ നാട്ടുകാരന്റെ യഥാർത്ഥ പേര്. അദ്ദേഹം ഏതെങ്കിലും വിധത്തിൽ ആളുകളുടെ ഇടയിൽ ചെറുതാവുന്നത് ഇപ്പോഴും എനിക്കിഷ്ടമല്ല.

■

മിഠായിഗുളികയ്ക്ക് നന്ദി

കഴിഞ്ഞ ആഴ്ചയാണ് സംഭവം നടന്നത്. ഉറക്കമുണർന്നെണീറ്റപ്പോൾ ഒരദ്ഭുതം. വലംകൈ അനങ്ങുന്നില്ല. മുഴുവൻ മരവിച്ചിരിക്കുന്നു. തരിച്ചു പോയതാണെന്നു കരുതി കൈ മുഴുവൻ മസാജ് ചെയ്തു. തൈലം പുരട്ടി ചൂടുപിടിപ്പിച്ചു. യാതൊരു വ്യത്യാസവുമില്ല. മരവിപ്പായിരുന്നു. വലംകൈ മുഴുവൻ മരവിപ്പ്, റബ്ബേ! മനസ്സാകെ കലങ്ങിമറിഞ്ഞു. എങ്ങനെ ബേജാറാവാതിരിക്കും. വലംകൈ ഒരെണ്ണമല്ലേ ഉള്ളൂ. വല്ലതും പറ്റിയാൽ പറ്റിയേടത്തുതന്നെ... ബേജാറോടെ ചിന്തിച്ചു: ഡോക്ടറെ കാണണം. ആരെ കാണണം? കണ്ണിൽ പ്രശസ്തനായ ഒരു എം.ഡി വന്നു തെളിഞ്ഞു നേരേ വിട്ടു. രണ്ടുമണിക്കൂർ നേരം ക്യൂ കഴിഞ്ഞ് ഒരുവിധം കടന്നുകിട്ടി. എം.ഡി ഗൗരവപൂർവ്വം പരിശോധിച്ചു. പിന്നെ ഗൗരവമില്ലാതെ പറഞ്ഞു: "പേടിക്കാനില്ല. ബി.പി. കൂടിയതാണ്. തളർച്ച വെറും താത്ക്കാലികം" അദ്ദേഹം നാലുകൂട്ടം മരുന്നിനെഴുതി. പ്രസ്ക്രിപ്ഷൻ തരുമ്പോൾ അദ്ദേഹം പ്രത്യേകം ഓർമ്മിപ്പിച്ചു. "ഹോട്ടലിന്റെ മുൻഭാഗത്തെ മെഡിക്കൽഷോപ്പ് അറിയില്ലേ. അവിടെ മുഴുവൻ മരുന്നും കിട്ടും."

കേട്ടു.

ഡോക്ടർക്ക് എന്തൊരു സ്നേഹം! രോഗിയെ മരുന്നുകടയുടെ മുമ്പിലേക്കു കൈപിടിച്ചെത്തിക്കുക കൂടി ചെയ്യുന്ന ഭിഷഗ്വരൻ!

ഈ സ്നേഹം മനസ്സിൽ സംശയമാണുണ്ടാക്കിയത്. റിയാക്ഷൻ, സൈഡ് ഇഫെക്റ്റ് തുടങ്ങിയ നിരവധി പ്രേതങ്ങൾ മനസ്സിൽ വന്നു നിരന്നു. എന്നെ പഠിപ്പിച്ച ഒരദ്ധ്യാപകനുണ്ട്. മുഖത്തൊരു പ്രമേഹക്കുരു വന്നു. ഇ.എൻ.ടി. സ്പെഷ്യലിസ്റ്റിൽനിന്നും ആരംഭിച്ച് മെഡിക്കൽ കോളജു വരെ എത്തിയ ചികിത്സ. അതിനിടയിൽ അദ്ദേഹത്തിനു പലതും നഷ്ടപ്പെട്ടു. രണ്ടു കണ്ണുകളടക്കം. ഇപ്പോൾ പരിപൂർണ്ണ അന്ധതയിൽ കഴിയുന്നു.

എന്റെ കുടുംബത്തിലും ഒരാളുണ്ട്. നാലു ഗുളികകളേ കഴിച്ചുള്ളൂ. തൊലിമുഴുവൻ പൊളിഞ്ഞുചുവന്ന്... കാണേണ്ട കാഴ്ചയാണ്. ഉള്ളിത്തോൽ ഉരിച്ചതുപോലെ. അലോപ്പതി നല്ലവനും രക്ഷകനുംതന്നെ. പക്ഷേ, സ്നേഹം മൂത്താൽ അവൻ ഹിറ്റ്ലറോളം മഹാനാകും. ഡോക്ടർ

കത്രികയാവും (ഇതു പറയുമ്പോൾ പലരുടേയും മുഖം ഉള്ളിപോലെ ചുവന്നുവരും. ചുവക്കാൻതന്നെ പറയുന്നതാണെന്നു കൂട്ടിക്കോളൂ).

ഏതായാലും 'ചികിത്സ' അവിടംകൊണ്ടു നിർത്തിക്കളഞ്ഞു. മരുന്നിനെഴുതിയ സ്റ്റൈലൻ കടലാസ് കലക്കവെള്ളമൊഴുകുന്ന ഓവിൽ ചുരുട്ടിയെറിഞ്ഞു. ഫീസല്ലേ. പോട്ടെ.

ഇനി എങ്ങോട്ട്?

ആരെ കാണും?

കൈ അനങ്ങുന്നില്ല. മരവിപ്പ്. കടുത്ത മരവിപ്പ്.

മനസ്സിൽ ഒരു ആയുർവേദക്കാരൻ തെളിഞ്ഞു. യുവാവാണ്. പ്രശസ്തൻ. അക്കാഡമിക് ബിരുദം നെയിംബോർഡിൽ സാക്ഷി.

അവിടെയും വേണ്ടിവന്നു ക്യൂ. അനന്തരം നീണ്ട ചാർത്ത്. കഷായം കുഴച്ച് അരച്ചുതേച്ചു കുളിച്ചിരിപ്പ്. വൈദ്യരുടെ മുറിയിൽനിന്നിറങ്ങുമ്പോൾ സ്നേഹത്തിൽ പൊതിഞ്ഞ വൈദ്യനാദം:

'-വൈദ്യശാലയിൽനിന്നുതന്നെ വാങ്ങണേ....'

മുഴുവൻ മരുന്ന് ഏതു കടയിൽനിന്നാണു വാങ്ങേണ്ടതെന്നു തീരുമാനിക്കാനുള്ള സ്വാന്ത്ര്യംപോലും നിഷേധിക്കപ്പെട്ടവനാകുന്നു.

'ചാർത്തു'മായി പുറത്തിറങ്ങുമ്പോൾ ഉപ്പുമ്മയെ ഓർമ്മവന്നു. ഉപ്പുമ്മായെന്നാൽ ഉപ്പയുടെ ഉമ്മ. പതിനാറ് കൊല്ലമായി അരയ്ക്കുകീഴെ തളർന്നുകിടപ്പാണ്. നീണ്ട പത്തുവർഷമാണ് കഷായം കാച്ചിയത്. കൂടിയിട്ടേ ഉള്ളൂ. കുറഞ്ഞിട്ടില്ല.

ഇനി എവിടെപ്പോകും?

എങ്ങോട്ടും പോകേണ്ട.

ഒരു ദിവസമല്ലേ ആയുള്ളൂ.

പക്ഷേ, ബേജാറ് മാറുന്നില്ല. ആകപ്പാടെ ഒരു വലംകൈയേ ഉള്ളൂ. ചോറു തിന്നേണ്ട കൈ. പ്രസംഗിക്കുമ്പോൾ മുഷ്ടി ചുരുട്ടേണ്ട കൈ. വാചകമടിക്കുമ്പോൾ കേൾവിക്കാരനെ വശീകരിക്കാൻ ഹിപ്നോട്ടിക് ചലനങ്ങൾ പ്രയോഗിക്കേണ്ട കൈ. കവിതയെഴുതേണ്ട കൈ. കഥയുണ്ടാക്കേണ്ട കൈ.

ഏതായാലും ഒരു രാത്രി കഴിയട്ടെ. ഒരു രാത്രിയിലുണ്ടായ പല പ്രശ്നങ്ങളും രണ്ടാം രാത്രിയോടെ തീർന്നതിനു ചരിത്രം സാക്ഷി പറയുന്നുണ്ട്. നോക്കാം.

രാത്രി മുഴുവൻ ദുഃസ്വപ്നങ്ങളായിരുന്നു. ദേഹം മുഴുവൻ തളർന്ന്, തൈലവും കുഴമ്പും പുരണ്ട ഒരിരുട്ടു മുറിയിൽ കിടന്ന് ഞരങ്ങുന്ന ഞാൻ.

നേരം വെളുപ്പിച്ചു.

കൈയ്ക്കുമാത്രം യാതൊരു മാറ്റവുമില്ല. കഠിനമായ മരവിപ്പ്. ആകെ കുഴങ്ങിയല്ലോ. വിശ്വാസം നഷ്ടപ്പെട്ട ഒരു രോഗിയുടെ അവസ്ഥയോളം കഠിനമായ മറ്റൊന്നില്ല. എന്തു ചെയ്യണമെന്നു ചിന്തിച്ചു കാടുകയറവേ, തമാശപോലെ ഒരു മുഖം വന്നു തലകാട്ടി. ഒരു ഹോമിയോക്കാരൻ. ബീഡി തെറുത്തു ജീവിക്കുന്നതിനിടയിൽ പഠിച്ചു പാസ്സായ ഒരു സാദാ പ്രാക്ടീഷ്ണർ. എന്റെ ഗ്രാമത്തിലെ ഓരോ കുടിലിനും ചിരപരിചിതൻ. കക്ഷത്ത് ഒരു തോൽസഞ്ചിയുമായി വർഷങ്ങളോളമായി സേവനം നടത്തുന്നു. ഏതു പാതിരാത്രിയിലും ഏതു പെരുമഴയത്തും വരും. കാറ് വേണ്ട. കൺസൾട്ടിങ് ഫീ അന്റ് സർവ്വീസ് ചാർജ്ജ് തുടങ്ങിയ യാതൊരു കുണ്ടാമണ്ടികളുമില്ല. ദരിദ്രനാരായണന്മാർ വാഴുന്ന ഈ ഗ്രാമത്തെ നന്നായറിഞ്ഞു സ്നേഹിക്കുന്ന മനുഷ്യൻ.

ചുരുട്ടിക്കൊടുക്കുന്നത് എത്രയെന്ന് എണ്ണിനോക്കില്ല. അദ്ദേഹത്തെപ്പറ്റി പറയുമ്പോൾ ആ തോൽസഞ്ചിയെപ്പറ്റി പറയാതിരിക്കുന്നതു മഹാപാപമാണ്. അതൊരു മാജിക് സഞ്ചിയാണ്. സിബ്ബ് വലിക്കേണ്ട താമസം. കാക്കത്തൊള്ളായിരം പൊതികളാണ് പുറത്തേക്കു വരുന്നത്. മണിയടിക്കുമ്പോൾ പുറത്തേക്ക് ഓടുന്ന അരുമയാർന്ന സ്കൂൾകുട്ടികളെപ്പോലെ ആ സഞ്ചിയിൽ എത്ര അറകളുണ്ടെന്ന് ആർക്കും എണ്ണിക്കണക്കാക്കാൻ കഴിഞ്ഞിട്ടില്ല. രോഗവിവരങ്ങൾ കേട്ടുകഴിഞ്ഞ് ഒരറയിൽനിന്നു സ്റ്റെതസ്കോപ്പെടുത്തു ചെവിയിലൊരു വെപ്പുണ്ട്. പിന്നെയൊന്നു നാവു നീട്ടാനോ മറ്റോ പറഞ്ഞെന്നിരിക്കും. രോഗം പാതിയാവും. വേറൊരറയിൽനിന്ന് പ്ലാസ്റ്റിക്ഡപ്പികളെടുത്ത് മറ്റൊരറയിൽനിന്നു വെളുവെളുത്ത മിഠായിഗുളികയെടുത്ത് ഇങ്ങേയറ്റത്തെ അറയിൽനിന്ന് ഒരു ദ്രാവകക്കുപ്പിയെടുത്ത്... ഒക്കെ നിമിഷംകൊണ്ടു കഴിയും. പിന്നെ സുഖം. പല കുടിലുകളിലും ഈ മനുഷ്യൻ കടന്നുവരുന്നു. മധുരമുള്ള ആശ്വാസമിഠായികൾ നൽകി തിരിച്ചുപോരുന്നു. മുക്കുവച്ചാളയിലും കൂറ്റൻ ബംഗ്ലാവിലും ഈ മനുഷ്യന്റെ ചിരി ഒരേ സ്വരത്തിൽ. സ്റ്റെതസ്കോപ്പെടുത്തു ചെവിയിൽ തിരുകുന്നത് ഒരേ വേഗത്തിൽ. ആരേയും ചികിത്സിച്ചു രോഗിയാക്കിയതു കേട്ടിട്ടില്ല. തനിക്കു കൈകാര്യം ചെയ്യാനാവാത്ത കേസുകളെടുത്തു വീരശൂരപരാക്രമി ചമഞ്ഞിട്ടില്ല.

ഏറെ നേരം ആലോചിക്കേണ്ടിവന്നില്ല. നേരേ അങ്ങോട്ടു വിട്ടു.

ക്യൂസേവ വേണ്ടിവന്നില്ല. മുഷിഞ്ഞും കാൽ നുറുങ്ങിയും കോട്ടുവാ ഇടേണ്ടിവന്നില്ല. ദാരിദ്ര്യം പഴകിയ അദ്ദേഹത്തിന്റെ കൺസൾട്ടിങ് മുറിയിൽ ഞാൻ സർവ്വതും മറന്നിരുന്നു. രോഗവിവരങ്ങൾ മൊഴിഞ്ഞു.

അദ്ദേഹത്തിന്റെ ചുണ്ടിൽ വളരെ വിലപിടിപ്പുള്ള ഒരു ചിരി വിരിഞ്ഞു.

ഇതാ, അദ്ദേഹത്തിന്റെ ചിരപരിചിതമായ തോൽസഞ്ചിയുടെ സിബ്ബ് സംഗീതാത്മകമായി വലിയുകയാണ്. മാജിക്കുസഞ്ചിയിൽനിന്ന് ആയിരക്കണക്കായ കെട്ടുകൾ പുറത്തേക്കു ചാടുകയാണ്. എന്റെ നാഡിമിടിപ്പ്

പരിശോധിക്കപ്പെടുകയാണ്. ചൂടുള്ള തേൻപോലുള്ള നാലഞ്ചുതുള്ളികൾ വായിലേക്ക് ഇറ്റുവീഴുകയാണ്. പ്ലാസ്റ്റിക് ഡപ്പികൾ ഗുളികകൾ നിറയുകയാണ്.

അദ്ദേഹം പറയുകയാണ്. 'പേടിക്കേണ്ട, ട്ടോ.'

പ്രിയപ്പെട്ടവരേ, ആ കൈകൊണ്ടാണു ഞാനിതെഴുതുന്നത്. മീൻപുളിയും മരത്തോലും മണക്കുന്ന എന്റെ ദരിദ്രഗ്രാമത്തിലെ കരപ്പൻ പനികളിലൂടെ ശ്വാസംമുട്ടലിലൂടെ കടന്നുവന്ന ആ മാജിക്കുസഞ്ചി എനിക്കുകൂടി ശാന്തിയുടെ ഒരുമ്മ നൽകിയിരിക്കുന്നു... ആ സഞ്ചി തന്ന മധുരത്തിനു നന്ദി!

■

www.ingramcontent.com/pod-product-compliance
Lightning Source LLC
LaVergne TN
LVHW041540070526
838199LV00046B/1763
* 9 7 8 9 3 8 7 3 3 1 0 6 8 *